NHỮNG ĐIỀU

BẠN [illegible] BIẾT

NHỮNG ĐIỀU BẠN CHƯA BIẾT VỀ TRAI TÂY

BIỂU GHI BIÊN MỤC TRƯỚC XUẤT BẢN DO THƯ VIỆN KHTH TP.HCM THỰC HIỆN
General Sciences Library Cataloging-in-Publication Data

Shingleton, Cameron
Những điều bạn chưa biết về trai Tây / Cameron Shingleton. - In lần thứ 1. - T.P. Hồ Chí Minh : Trẻ, 2017.
266tr. ; 20cm.

1. Đàn ông -- Phương Tây -- Tâm lý học. 2. Đàn ông -- Tâm lý học. I. Ts.

155.332 -- ddc 23
S556

Những điều...trai Tây
8 934974 152279

CAMERON SHINGLETON

NHỮNG ĐIỀU BẠN CHƯA BIẾT VỀ TRAI TÂY

NHÀ XUẤT BẢN TRẺ

Xứng đôi vừa lứa

Tại sao các chàng trai Tây thấy phụ nữ châu Á nói chung và phụ nữ Việt Nam nói riêng hấp dẫn đến như vậy?

Trong tiểu thuyết "Platform" của nhà văn Pháp Michel Houellebecq, có một "cuộc phỏng vấn" với ông chủ trung tâm mai mối ở Thái vừa buồn lại vừa cười. Cuộc trò chuyện này chính là một điểm khởi đầu khá tốt để chúng ta bắt đầu hành trình đi tìm câu trả lời.

"Đàn ông phương Tây và phụ nữ Thái có vẻ gần như hoàn toàn xứng đôi vừa lứa. Trai Tây không được đánh giá cao, không được tôn trọng ở nước nhà, còn gái Thái thì sẵn sàng quen đàn ông nào có một công việc và luôn muốn trở về với tổ ấm hạnh phúc của mình sau giờ làm. Phần lớn phụ nữ phương Tây không thích một người chồng chán đến như vậy.

Bạn muốn nhận thức điều đó thì chỉ cần so sánh 'mục làm quen' trên các tờ báo phương Tây và Thái. Gái Tây muốn quen một người có vẻ ngoài đặc biệt, có kỹ năng giao tiếp xuất sắc, biết khiêu vũ hay hoạt ngôn chẳng hạn - một người thú vị, quyến rũ và có thể khiến trái tim rung động. Giờ hãy xem thử các cô gái Thái đã tham khảo bản tự thuật cá nhân của tôi thì sẽ biết họ mong muốn gì ở một người đàn ông. Đó là một việc hết sức đơn giản. Họ luôn khẳng định rằng họ sẵn sàng LẤY VÀ YÊU MÃI một người chồng có công việc ổn định và có khả năng yêu thương bao bọc vợ con. Với gái Mỹ thì những điều này chẳng có ý nghĩa gì đâu! Phụ nữ phương Tây không đánh giá cao những người đàn ông bình thường, cũng như họ không coi trọng cuộc sống gia đình truyền thống nữa, vì thế cuộc hôn nhân bình thường không còn thích hợp với họ. Công việc mai mối của tôi sẽ giúp phụ nữ phương Tây tránh được những gì họ khinh thường."

Tại sao tôi lại khởi đầu với một nhân vật hư cấu trong tiểu thuyết của Houellebecq? Đó là vì điều anh ấy nói có phần đúng. Sức hút đặc biệt của phụ nữ châu Á đối với trai Tây có liên quan đến không khí khá "chua chát" tràn ngập ở khắp các nước phương Tây - chuyện một số gái Tây khiến trai Tây cảm tưởng rằng trai Tây KHÔNG BAO GIỜ XỨNG ĐÁNG ĐỂ YÊU HỌ.

Gái Tây ngày nay có đòi hỏi hơn ngày xưa không? Chắc chắn một số cô sẽ có. Đặc biệt là những cô gái trông mong mối quan hệ với một người đàn ông là một trải nghiệm THÚ VỊ ĐỘC NHẤT - không chỉ là bước đơn thuần để tiến đến hôn nhân, không chỉ là điều sẽ cho mình một cảm giác HAY, mà còn THƯỜNG XUYÊN ĐƯA MÌNH lên đỉnh sự thăng hoa của cảm xúc.

Gái Tây ngày nay có trông mong đàn ông phải đủ thú vị và quyến rũ để khiến trái tim họ rung động không? Có, và ngày càng nhiều cô như thế. Họ có trông mong đàn ông có năng khiếu trên sàn nhảy hay sành sỏi nghệ thuật nói chuyện không? Có lẽ cũng có (dù là theo tôi, việc trông mong bạn đời tương lai của mình có khả năng giao tiếp cơ bản không có gì là quá đáng cả).

Liệu gái Tây hiện đại có khinh thường những người đàn ông mang suy nghĩ truyền thống, chỉ quan tâm đến đời sống vợ chồng hay gia đình, ngoài ra không hề có điểm gì đặc biệt? Có lẽ có hoặc không. Thú thật mà nói, đó không phải là chuyện những phụ nữ phương Tây độc thân tôi từng gặp than phiền nhiều. Thay vào đó, việc khó chịu nhất với họ là chuyện nhiều người đàn ông phương Tây chưa sẵn sàng cam kết một mối quan hệ nghiêm túc và lâu dài với họ hay chuyện "sân khấu tình yêu" phương Tây đầy ắp những gã đàn ông chưa chín chắn với những suy tính hẹp hòi trong chuyện tình cảm (rằng bạn gái họ có sẵn sàng làm thỏa mãn những yêu cầu của họ hay không?)

Cứ suy nghĩ vấn đề này sâu xa hơn một chút, bạn sẽ dễ dàng tìm ra các yếu tố khác khiến đàn ông phương Tây ngất vào vòng tay của những phụ nữ Thái Lan và Việt Nam.

Yếu tố quan trọng nhất và có lẽ đáng tin cậy nhất là trong quá trình bình đẳng lại quan hệ nam nữ, phụ nữ phương Tây đang ngày càng GIỐNG ĐÀN ÔNG, và sự giống nhau này, mặc dù đáng ăn mừng về mặt đạo đức, nhưng nó lại làm cho đàn ông.... CỰC KỲ MẤT HỨNG.

Ngày xưa (theo cách nhìn này về giới tính) phụ nữ có cái gì đó có thể khơi nguồn cảm hứng nơi đàn ông một cách mạnh mẽ. Nó hay được gọi là "thần thái nữ tính huyền bí".

Sau đó có một số người phương Tây tân tiến phát hiện ra rằng thần thái nữ tính huyền bí này chủ yếu xuất phát từ cái gọi là thuyết trọng nam khinh nữ. Nói đúng hơn, nó dựa trên một tiềm thức từ phía đàn ông cho rằng: 1. đàn ông muốn nói gì thì phụ nữ nên lắng nghe, nhất là khi đàn ông muốn giải thích cho họ về quy tắc vận hành của thế giới. 2. phụ nữ nên cố gắng hết sức để làm vui lòng đàn ông, chứ không ăn mặc tùy ý, nói năng tùy tiện hay hình thành phong cách sống cho riêng họ.

Và cũng như thế, hình như cái mà đàn ông phương Tây ngày xưa thấy hấp dẫn (mà tự bản thân họ không biết!) không phải là người phụ nữ hay cái nữ tính huyền bí của họ mà là một điều có vẻ vừa bất công vừa cay đắng ở đằng sau vẻ quyến rũ bí ẩn ấy - đó chính là thứ ma lực của quyền hành nam giới bóp nghẹt cuộc sống người phụ nữ.

Làm thế nào để giải quyết vấn đề này?

Chỉ có một cách duy nhất là người phụ nữ phải vứt bỏ cái gọi là nữ tính huyền bí!

Nếu cánh đàn ông nói toàn những điều tào lao (hay chỉ nói hơi quá nhiều) thì phụ nữ nên nói thẳng ra, chứ không phải nhẫn nhịn lắng nghe.

Nếu đàn ông cứ cho rằng họ nên được nhận lương cao hơn, đi công tác nhiều nơi và đóng vai trò chủ đạo trong xã hội nói chung thì phụ nữ phải cho họ biết rằng ĐÓ LÀ NHỮNG CHUYỆN NHẢM NHÍ. Phụ nữ phải quyết tâm phản đối tới cùng cái quyền mà xã hội đã ngầm trao cho đàn ông từ lâu.

Và nếu đàn ông vẫn khăng khăng cho rằng nam giới được độc quyền hút thuốc lá hay uống say xỉn (hay nói đùa thô bỉ về người khác phái, v.v...) hoặc vẫn tin rằng chỉ có đàn ông mới được thi đấu vì danh dự trên sân thể thao, ở chỗ làm việc, ở quán bar góc phố hay ở lĩnh vực đời sống xã hội nào khác thì - vậy cũng tốt thôi, phụ nữ phải khẳng định rằng mình cũng có quyền làm những điều đó.

Chắc là bạn đã hiểu ra vấn đề - ít nhất là từ góc nhìn của một số đàn ông phương Tây. Một mặt có không ít đàn ông trước đây theo tư tưởng trọng nam khinh nữ cảm thấy họ bị đe dọa bởi cuộc tấn công táo bạo vào các định kiến vô duyên của họ.

Mặt khác, một số các hành vi mà phụ nữ phương Tây bắt đầu cạnh tranh với nam giới vốn đã khá vô duyên rồi.

Đây là thế giới mà số phụ nữ hấp dẫn ngày càng ít đi khi hơn phân nửa số nữ giới phương Tây tỏ ra thích thú với những sở thích om sòm, hung hăng và hiếu thắng (điều mà những phụ nữ chân chính ngày xưa không hề màng đến). Nó cũng là thế giới nơi phụ nữ châu Á dần trở nên hấp dẫn hơn khi tiến đến gần giới hạn của sự nữ tính huyền bí một cách "gợi cảm" hơn.

Vì vậy ưu điểm đầu tiên của gái Ta từ góc nhìn của trai Tây là họ khác hẳn gái Tây.

Gái Việt ngày càng biết tự khẳng định ở ngoài đời nhưng họ lại không có tính hiếu thắng như (một số) gái Tây. Họ không biến mình thành đàn ông, cũng không trở nên giống đàn ông để cạnh tranh với đàn ông ở ngoài đời. Phần lớn họ hình như biết cách tránh xa hoàn toàn các loại hành vi phổ biến ở nam giới mà đàn ông thông minh và tinh tế cũng thấy kỳ thị: một xã hội ồn ào quay xung quanh thể thao, ăn nhậu và chém gió.

Gái Việt ngày càng biết thể hiện bản thân. Hơn nữa, khi nói chuyện trực tiếp, họ còn biết khéo léo thuyết phục đàn ông bằng nghệ thuật "lạt mềm buộc chặt". Họ ngày càng thể hiện rõ bản tính hài hước của riêng mình. Tuy nhiên, khác với gái Tây, họ không coi những lời nói đùa làm bẽ mặt người khác là nghệ thuật ăn nói đỉnh cao hay là một bằng chứng của sự thông minh. Gái Việt tinh tế thường có tính cách trầm tĩnh, hơi dè dặt - như có "kháng thể" chống lại sự thô tục và ngăn cản họ không mỗi lúc lại quát tháo về mọi thứ trên đời khiến họ bực mình.

Họ không dính dáng gì đến cái bình đẳng giới kiểu phương Tây mà "tinh hoa" của nó là chửi thề nói tục, đánh gục bạn bè trên bàn nhậu hay tự đứng lên và bỏ về khi việc ăn nhậu, chửi lộn trở nên sai bét hết.

♥

Ưu điểm thứ hai của gái Ta so với gái Tây cũng đơn giản: trong mắt trai Tây, gái Ta có nhiều cô "đẹp ngây ngất".

Có cả một chương riêng của cuốn sách này nói đến sắc đẹp của gái Việt. Thông điệp của nó là trai Tây thường thấy gái Ta RẤT HẤP DẪN vì những lý do mà chính gái Ta cũng thấy RẤT KHÓ HIỂU.

Trai Tây chẳng hề quan tâm đến việc gái Ta có chiều cao trung bình thấp hơn gái Tây, mũi thấp hơn và làn da không thể trắng trẻo bằng. Đơn giản chỉ là họ RẤT THÍCH.

Họ đã sống gần cả cuộc đời với xung quanh là những người phụ nữ CAO RÁO có mũi cao và làn da trắng hồng ngả xám. Vì thế, họ sẵn lòng bị hấp dẫn bởi những người phụ nữ thiếu hẳn cả ba yếu tố này.

Họ bị mê hoặc bởi mái tóc đen, dài, óng ả.

Họ bị say nắng bởi chính làn da vàng mịn màng.

Dù gái Việt có đôi mắt xếch hay mắt một mí thì cũng có thể khiến trai Tây thích mê mệt.

Dù là mặt tròn hay mặt dẹt với cả gò má cao thì cũng có thể khiến trai Tây cười ấm áp.

Trai Tây thường ngưỡng mộ thân hình "mi nhon" của gái Việt. Đối với họ, nó có cái thon gọn riêng biệt, đẹp không kém thân hình bốc lửa của gái Tây.

Quả thực là họ biết đánh giá cao phần lớn những gì mà phụ nữ Việt Nam khi lớn lên bị bảo là xấu.

♥

Ưu điểm thứ ba khiến gái Ta hấp dẫn trong mắt trai Tây là gì? Đó chính là sự năng động của họ khi biết kết hợp hài hòa giữa truyền thống và hiện đại.

Để tôi nói rõ hơn một chút.

Theo tôi biết, người nhận thức về chuyện nữ giới Việt Nam rõ hơn nhân vật ông chủ mai mối trong tiểu thuyết của Houellebecq là một "ông Tây" cũng nổi tiếng ở Việt Nam, tên là Joe Ruelle (thường gọi là Dâu Tây).

Có thể bạn đã biết Dâu Tây là một chàng trai Canada vui vẻ và am hiểu, có khả năng nói tiếng Việt như tiếng mẹ đẻ và biết nhận xét rất hay về Việt Nam từ góc nhìn của một người phương Tây. Nếu có hứng đọc thử, bạn hãy tìm bộ sưu tập bài blog của Dâu có tựa đề "Ngược Chiều Vun Vút". (Thật không may, Google đã lôi kéo Dâu qua Sing làm việc mấy năm trước đây nên sự nghiệp bình luận về cuộc sống xã hội Việt Nam của anh ấy hình như đã kết thúc sớm.)

Bên cạnh đó, Dâu Tây cũng có một giả thuyết về vai trò của phụ nữ Việt Nam ngày nay liên quan trực tiếp đến trọng tâm của cuốn sách này. (Nhân tiện, trọng tâm của sách này đại khái là trai Tây và gái Ta tự thấy

hấp dẫn lẫn nhau và có thể tiến đến cái kết có hậu - họ thực sự xứng đôi vừa lứa.)

Nói một cách đơn giản, giả thuyết của Dâu là - ở Việt Nam "gái Việt đang chạy nhanh hơn trai Việt". Nói cách khác - so với trai Ta cùng tuổi, gái Ta ngày càng chủ động và chín chắn, chính điều đó khiến họ khó có thể quen được với những trai Ta đủ thú vị và tinh tế để yêu, tôn trọng và có một mối quan hệ nghiêm túc.

Theo ước tính của Joe, cứ mười cô gái trẻ Việt Nam tài giỏi và chạy nhanh thì chỉ có bốn chàng trai Ta tài giỏi chạy nhanh không kém. Vì vậy, khả năng những cô gái ấy quen và có mối quan hệ viên mãn với một trong số những cậu trai đồng trang lứa là khá thấp. (Và những cô gái ấy càng lớn tuổi thì khả năng đó càng thấp, vì trai Ta tài giỏi thường có định kiến chung của người Việt thiên về những cô gái trẻ mà đôi khi không tài giỏi và cũng chưa trưởng thành, dù các cô kia đẹp thế nào đi nữa.)

Khác với ý của ông Houellebecq, theo Dâu, cô gái Việt ngày nay muốn quen đàn ông không chỉ có khả năng làm bố, kiếm sống và nhai thức ăn kỹ trước khi nuốt. Cũng theo ý Dâu, không có gì là xấu khi những cô gái Việt có tầm nhìn rộng muốn quen với những người đàn ông - dù không rành vũ điệu cha cha cha - nhưng vẫn có kỹ năng về giao tiếp vượt quá khả năng của phần lớn trai Ta. Bởi thực tế, có không ít trai Ta chỉ biết bô lô ba la về bóng đá và công việc hay đắm chìm trong một góc nhỏ ảm đạm của những quán net tồi tệ với trò bắn súng ảo vô bổ.

Ngoài những mối quan hệ họ tự lựa chọn, tính năng động của các cô gái Việt hiện đại đang chạy nhanh còn được biểu hiện như thế nào nữa? Theo ý của Dâu, gái Ta ngày nay không chỉ không muốn chấp nhận quen trai Ta "lệch chuẩn" với mình mà họ còn muốn đạt được thành tích đáng kể cho riêng mình trong thế giới rộng lớn này. Gái Ta cũng chạy nhanh hơn trai Ta theo nghĩa là họ học chăm chỉ hơn, làm việc thông minh hơn. Họ cảm nhận về bản thân và về thế giới xung quanh ngày càng hoàn thiện hơn. Họ biết thưởng thức mọi thứ trên đời. Và điều tuyệt vời nhất là họ làm tất cả những điều đó nhưng không biến mình thành người đàn ông thứ hai trong xã hội.

Theo thống kê của Dâu, đại đa số sinh viên giỏi trong những lớp học tiếng Anh cao cấp ở các trường Đại học lớn ở Hà Nội là nữ. (Kinh nghiệm của tôi ở các trường đại học lớn ở Sài Gòn cũng vậy.)

Số đông các thí sinh nổi bật trong các cuộc thi khiêu vũ và ca hát cũng là nữ. (Ai dành 30 phút xem ti vi Việt Nam vào buổi tối thì sẽ biết điều này.)

Phần lớn thành viên các thế hệ 8X, 9X đang ngày càng thể hiện được vai trò của mình trong các công ty quốc tế lớn hoạt động ở Việt Nam cũng lại là nữ. (Và còn nhiều bằng chứng khác chứng minh giả thuyết này của Dâu là đúng.)

Tóm lại, theo ý của Dâu, phần lớn người Việt đối đầu một cách sáng tạo, lịch thiệp, tự tin với quá trình toàn cầu hóa, giúp Việt Nam phát triển mạnh mẽ, vượt xa quá khứ... cũng là nữ.

Ý chính của cuốn sách này đi xa hơn quan điểm của

Dâu một chút, đó là những gái Ta chạy nhanh hơn trai Ta trên thực tế ĐANG CHẠY VỀ PHÍA TRAI TÂY. Sở dĩ như vậy là vì một số gái Ta đã bỏ xa số đông trai Ta bằng tuổi. Vì thế, việc tìm kiếm một chàng trai Tây có đủ các tố chất để làm họ hài lòng là điều hiển nhiên.

So với trai Ta, trai Tây bình thường hầu như là người có tầm nhìn rộng mà gái Ta đang ngày càng bắt kịp, như bạn sẽ thấy trong một chương của sách này - phần nói về ý kiến. Bạn cũng sẽ thấy trong đó khả năng đàn ông phương Tây coi trọng tính độc lập, sự phản biện của bạn đối với thế giới xung quanh là khá cao.

Khả năng trai Tây biết trò chuyện một cách thú vị, dùng đến nhiều tông giọng, bàn đến nhiều chủ đề có ý nghĩa trên nhiều cấp độ khác nhau cũng khá cao (được nói rõ trong chương bàn đến cuộc nói chuyện). Trái với một số trai Ta, trai Tây dường như thích nói chuyện có chiều sâu, thích ăn nói tế nhị, lịch sự với những người phụ nữ họ thực sự yêu mến chứ không phải chỉ mê mỗi chuyện quây quần nhậu nhẹt với bạn bè và tranh cãi ầm ĩ.

Còn trong chương nói về sắc đẹp, bạn sẽ thấy rằng, so với trai Việt, khả năng trai Tây quan tâm đến chuyện bạn cao hay thấp, ốm hay mập, trắng trẻo hay đen nhẻm - cũng rất mong manh. Nói cách khác, trai Tây ít khi nghĩ về những đặc điểm ngoại hình mà ngay từ nhỏ bạn bị bảo là những nhân tố quyết định vẻ đẹp phụ nữ Việt. (Họ cũng không bận tâm đến chuyện bạn "còn trong trắng" hay không, như bạn sẽ thấy trong chương tiếp theo.)

Mặc dù họ không thích một vài hậu quả của việc "bình đẳng hóa" quan hệ nam nữ, song so với trai Ta, khả năng trai Tây đối xử một cách tôn trọng với gái Việt như người ngang hàng là khá cao, còn khả năng họ muốn có một mối quan hệ trong đó bạn phải đóng vai một osin hạng sang hay người mẹ hạng kém thì khá thấp; khả năng họ tự cho mình quyền tự do trong nhiều lĩnh vực còn bạn thì không cũng ít như vậy. Nói tóm lại đó là những câu chuyện bạn sẽ tìm thấy trong chương về bình đẳng giới.

Thêm nữa, trai Tây cũng không để ý đến tuổi của bạn, không đánh giá về tuổi tác như trai Ta (hay gái Ta). Nếu bạn trên dưới 30 tuổi thì chắc chắn họ không xem nhan sắc của bạn là cái đang giảm mạnh hay sắp phai tàn, như chúng ta sẽ thấy trong hai chương về tuổi tác và gái Việt "bị ế".

Nếu cuối cùng bạn quen hay cưới một trong số họ, thì khả năng sự tôn trọng của anh ấy dành cho bạn bị giảm mạnh vì ảnh hưởng xấu từ các bạn nhậu sẽ thấp hơn so với trai Ta, như chúng ta sẽ thấy trong chương nói về chung thủy.

Hoặc nếu cuối cùng bạn KHÔNG quen hay cưới một

trong số họ thì khả năng anh ấy đủ tự chủ để phát triển mối quan hệ này thành tình bạn sẽ cao hơn trai Ta khá nhiều, như chúng ta sẽ thấy trong chương nói về tình bạn.

Vậy chúng ta hãy quay trở lại chủ đề ban đầu: trai Tây và gái Ta hình như khá xứng đôi vừa lứa vì nhiều lý do.

Một phần là vì có không ít trai Ta mải mê với việc chơi game hay bù khú nhậu nhẹt hơn là suy nghĩ ra cách tiếp cận những phụ nữ quanh họ đang "chạy nhanh" trong thế giới hiện đại ngày nay.

Phần nữa là vì họ có cách suy nghĩ sáo rỗng về tình yêu và quan hệ nam nữ chỉ xoay quanh lợi ích của bản thân.

Nhưng lí do quan trọng nhất là vì chính đất nước Việt Nam này đang chạy nhanh về phía phương Tây. Và trong cuộc đua đó, phụ nữ Việt Nam là người dẫn đầu nhưng họ vẫn giữ được bản sắc văn hóa của nước mình.

Hấp dẫn ơi là hấp dẫn!

Số đông tầm thường

Bất chấp tôi ca ngợi trai Tây và gái Ta xứng đôi thế nào trong phần trước thì cuốn sách này cũng không phải là mục quảng cáo cho mối quan hệ giữa trai Tây và gái Ta.

Tôi mới khen những trai Tây tinh tế. Và tôi cho rằng họ là đối tượng lãng mạn hoàn hảo đối với các cô gái Việt tinh tế muốn quen hoặc muốn có mối quan hệ nghiêm túc hay ngay cả kết hôn với một người phương Tây. Thế nhưng tin xấu là trai Tây tinh tế chỉ chiếm thiểu số ở nam giới phương Tây. Và điều quan trọng hơn là thiểu số này khá nhỏ so với số người nước ngoài ở Việt Nam bao gồm cả anh chàng Tây ba lô và những người định cư lâu hơn (hay còn gọi là “expat”).

Để tôi tóm tắt lại tin xấu bằng những con số đơn giản (con số mà tôi ước tính dựa trên kinh nghiệm đi chơi hai, ba năm cùng với mấy người đàn ông thuộc giới expat, chứ không phải dựa trên cuộc điều tra xã hội học cặn kẽ).

Khoảng 30% các chàng trai Tây đến Đông Nam Á là vì những lý do sau:

- Họ tò mò về nơi này.
- Họ được nhận vào làm việc ở đây.
- Họ thực sự tuyệt vọng về những điều kiện sống ở phương Tây.

Hoặc vì,

- Họ thực sự bối rối về mối quan hệ giữa trai và gái Tây.

Và 70% chàng trai Tây còn lại thì bị cuốn hút bởi:

- Sức cám dỗ của khách sạn rẻ tiền và quan hệ tình dục cũng rẻ.
- Giá cả bia rượu, bồ đà rẻ, món ăn ngon với mùi vị kỳ lạ (cũng cực kỳ rẻ tiền).

cộng với:

- Thú vui được tiếp đãi như ông hoàng bởi những người thấp bé và thân thiện chạy lăng xăng làm theo những yêu cầu của họ hình như chỉ vì làn da trắng và khả năng nói tiếng Anh (và có lẽ vì cả mùi tiền nữa).

Chúng ta hãy đi thẳng vào vấn đề: cuốn sách bạn đang cầm trên tay không chỉ có mục đích khuyên bạn quen, nói chuyện và tìm hiểu những trai Tây tinh tế và xứng đáng mà nó còn có vài lời khuyên cụ thể về 70% trai Tây còn lại này.

Lời khuyên chính là: Bạn hãy học cách nhận ra số đông tầm thường và tránh xa họ.

Đây là một lời khuyên có vẻ dễ làm theo phải không?

Nó không dễ dàng một chút nào cả vì một lý do rất đơn giản là ở Việt Nam, các nước phương Tây đã được LÝ TƯỞNG HÓA rất rõ ràng trong lĩnh vực văn hóa và kinh tế. Nhiều người Việt có một cái nhìn quá mơ mộng về phương Tây, bất chấp họ biết rất ít về phương Tây, cũng không có kinh nghiệm sống ở phương Tây hay đối phó với người phương Tây, và điều này khiến đàn ông phương Tây trông có vẻ tốt hơn và hấp dẫn hơn so với thực tế.

Cho tôi "mượn" ý kiến của Dâu Tây thêm một lần nữa: Theo ý Dâu, có một trò ảo thuật mà người Việt làm với Đàn Ông Phương Tây Bình Thường (Normal Western Guy) là biến anh ấy thành Siêu Nhân Quyến Rũ (Charisma Man). Đàn ông phương Tây có bao nhiêu cái xấu, cái tầm thường, thậm chí là kinh tởm thì khả năng lý tưởng hóa phương Tây của người Việt lại "dịch" chúng thành những điểm hấp dẫn tiềm ẩn.

Nếu trai Tây trông nghèo khổ thì đó là vì anh ấy vốn là người rất khiêm tốn - hoặc có thể khoản tiền khổng lồ của anh ấy đang bị kẹt trong bất động sản ở phương Tây.

Nếu anh ấy trông có vẻ xấu xí là vì anh ấy phải có style quyến rũ riêng. Hoặc cái vẻ xấu xí đó CHÍNH LÀ STYLE - một phong cách mà gái Việt (vốn sợ mình là người hơi quê mùa) chưa biết đến.

Nếu anh ấy ăn mặc bê bối thì đó là vì anh ấy thích đi chơi thoải mái, không muốn quá cầu kỳ. Anh ấy chả chịu mặc đồ cho đàng hoàng vì anh ấy sống QUÁ tình cảm.

Và nếu anh ấy nói chuyện nghe có vẻ ngu ngốc thì đó là vì anh ấy giấu đi sự thông minh vốn có hoặc vì... bạn vốn là kẻ ngu ngốc. Bạn rõ ràng không được thụ hưởng nền giáo dục kỳ diệu kiểu phương Tây. Vì thế nếu anh ấy nói cái gì nghe có vẻ ngu ngốc thì ắt hẳn trong đó phải có nghĩa bóng mà bạn không đủ thông minh để hiểu.

Chuẩn không cần chỉnh nhỉ?

Bạn hãy tin tôi - một chàng trai Tây đã quan sát các trai Tây khác quá nhiều năm, vừa ở Việt Nam vừa ở "môi trường sống tự nhiên" Tây phương: tất cả đều sai hết.

♥

Nếu cần một động lực để có thể quên đi những ảo tưởng này càng nhanh càng tốt thì bạn cứ đến chơi ở khu Tây ba lô Sài Gòn vào một buổi tối thứ Bảy nào đó. Hãy tìm một chỗ ngồi bệt trên vỉa hè đường Bùi Viện, cách xa lòng đường một chút. Mua một chai bia hay một ly trà sữa tùy ý rồi quan sát thật kỹ. Sau một hai tiếng bạn hãy đi dạo một chút, đến đường Cống Quỳnh chẳng hạn, để có một cái nhìn tổng quan về khu vực.

Có lẽ trong số những người phương Tây lang thang ở đây, bạn sẽ để ý trước tiên đến cặp Tây ba lô nữ và đôi vợ chồng về hưu nhìn hơi lạc lõng.

Các cô gái Tây trông vừa kỳ lạ vừa đẹp. Phần trên cơ thể họ có thể còm nhom, mập mạp, thon thả hay cao lớn, phần dưới thì thấp thoáng trong chiếc xà rông, mớ tóc thì bù xù trên đầu sau nhiều tháng phiêu lưu. Theo tiêu chuẩn sắc đẹp Việt Nam thì chân dài và mái tóc vàng có cái gì đó đẹp quyến rũ. Nhưng còn làn da rộp đỏ như miếng thịt quay vì đi nắng quá nhiều thì không đẹp chút nào.

Một vài người trong số họ có lẽ đi du lịch cùng với bạn trai.

Nhưng phần lớn con trai ở đây dường như đều... single lắm.

Thực ra phần lớn Tây ba lô ở Bùi Viện đều là nam.

Họ đang làm gì đây?

Phần đông không làm gì cả.

Một số nói chuyện với nhau. Một số thì đắm chìm trong bia rượu, thỉnh thoảng nở nụ cười thật mãn nguyện (bia ở đây khá rẻ).

Số khác thì chụp hình liên tục trong tình trạng mê sảng dường như đã kéo dài mấy ngày rồi.

Nhưng đa số thì chỉ NHÌN thôi. Cũng như ở phần lớn những địa điểm được cho là rất thư giãn trên tuyến đường Tây ba lô Đông Nam Á, chỉ có hai cách chính để giết thời gian ở đây. Một là loanh quanh nhìn những Tây ba lô khác. Hai là tìm cách xài tiền của mình.

Có lẽ những người sau cùng làm bạn để ý đến là những người Việt Nam cho du khách cơ hội xài tiền: những người bán hàng rong loay hoay thu hút sự chú ý của các du khách đến hàng hóa của họ - những chiếc bánh mì thịt nguội giá tới 40k/cái mà mùi vị lại dở tệ, những túi giữ nhiệt bia (được trang trí hình cờ Việt Nam), dây vải quấn đầu (cũng được trang trí hình cờ Việt Nam) và - tất nhiên rồi - lá cờ Việt Nam chính hiệu – từ lớn cỡ mái lều đến kích cỡ đủ nhỏ để kẹp ở gọng kính râm.

Có hai loại nhân vật nữa tuy không nổi bật giữa đám đông nhưng thứ mà họ buôn bán lại thu hút sự chú ý của các chàng trai Tây nhiều nhất: một là các cô gái lén lút bán hoa, hai là các trai Ta mắt la mày lét đi vòng vòng bằng xe máy mang theo túi nhựa để trao đổi với các Tây ba lô nam.

Các mỹ nhân hành nghề ở đây không phải theo kiểu õng ẹo đưa hông dọc đường mà thường ngồi trong góc những quán bar sát vỉa hè, nghịch điện thoại với vẻ mặt ngán ngẩm rồi hút nước cam. Còn các chàng trai ta chạy xe máy thì ngược lại. Họ chạy nhanh đến mức nếu bạn chớp mắt, bạn sẽ bỏ lỡ hoạt động kinh doanh của họ.

Thực ra đám trai Tây ở đây đang chớp mắt khá nhiều.

Trai Tây đến đường Bùi Viện chơi thường có cảm giác mình đang bỏ lỡ rất nhiều chuyện thú vị.

Nếu chuyến du lịch chỉ có ý nghĩa khi bạn quan tâm đến những điều kỳ thú hơn chuyện ăn nhậu, làm tình, hút bồ đà và tán gẫu cùng những khách du lịch phương Tây khác thì việc vướng vào thế giới Tây ba lô ở đây đồng nghĩa với việc bạn đã bỏ lỡ gần như tất cả những thứ tốt đẹp ở Việt Nam.

Nhưng khu Tây ba lô vẫn là một nơi lý tưởng để bắt đầu học "mặt trái" của vấn đề trai Tây. Vậy chúng ta hãy phân tích chi tiết hơn một chút.

Ở các thành phố lớn ở Việt Nam, cả trong khu Tây ba

lô lẫn cộng đồng người expat, có nhiều loại đàn ông phương Tây vốn là người khá khó ưa mà bạn cần biết cách nhận ra và đối xử theo kiểu thích hợp.

Loại thứ nhất có tên riêng bằng tiếng Anh là "sexpat", tức đàn ông đi chơi hay định cư ở Việt Nam có mục đích chính là... SEX.

Điều tôi muốn nhấn mạnh ở đây là - tôi không nói về đàn ông với khoái cảm tình dục cao hay quan niệm rằng tình dục là một trong số nhỏ những thú vui đơn giản còn lại trên thế giới phồn tạp này. Tôi cũng không nói về kiểu đàn ông cặp kè với các cô gái làng chơi ở các quán bar dọc đường Bùi Viện. Tôi muốn nói riêng về những người đàn ông phương Tây đến Đông Nam Á hay Việt Nam để ăn chơi sa đọa và thấy nơi đây thật là đắc địa. Họ là những trai Tây thấy điều duy nhất cần làm là lợi dụng sự ảo tưởng của gái Việt về trai Tây da trắng, cao ráo và giàu có để có thể lên giường ba lần/tuần với ba gái Việt xinh xắn xuề xòa khác nhau. Loại đàn ông này thường có phương pháp cực kỳ đơn giản để thực hiện mục đích của họ. Thứ nhất là chọn lọc gái Ta ngây thơ, phần lớn từ gia đình nghèo khó và đã nhìn họ qua lăng kính màu hồng. Thứ hai là BA HOA NỔ TRỜI.

Có lẽ bạn đã nghe đâu đó nói về đám trai Tây không ra gì đến Việt Nam chỉ để lừa bịp các cô gái Việt. Nhưng bạn có biết kiểu expat này đăng bài CÔNG KHAI trên mạng về NHỮNG MẸO HAY NHẤT ĐỂ LỪA GÁI VIỆT VỀ KHÁCH SẠN TRONG LẦN GẶP ĐẦU TIÊN không?

Để chuyện này rõ ràng hơn, tôi sẽ dịch một đoạn trích sang tiếng Việt cho bạn tự đọc và suy ngẫm nhé:

> *"If you're from a western country, you* ***will get laid*** *without having to pay for it if you use Vietnamese Cupid.*
>
> *It's perfect for tourists who are coming here on holiday for a few weeks, and want to see what the country has to offer and get a few free girls along the way. You can join up and start messaging Vietnamese girls a few weeks before you arrive, get there [sic] details and set up several dates, and even ask them to be your free tour guide if traveling alone.*
>
> *If you're good with words, you can get them to meet at your hotel (for free) and stay the night while you ummm 'watch a movie'.*
>
> *It's also a great place to find yourself local tour guides who will spend the day with you and show you around, then at night...well you know.*
>
> *On my last 2 week visit, I jumped on the site 2 weeks before landing, set up around 12 dates, only ended up meeting 6 girls and slept with 4 of them."*
>
> *etc etc*

"Là người từ các nước phương Tây đến thì bạn sẽ ĐƯỢC THỎA MÃN DỤC VỌNG VỚI NHIỀU CÔ GÁI MÀ KHÔNG CẦN PHẢI TRẢ TIỀN nếu bạn biết dùng Vietnamese Cupid.

Nó hoàn hảo đối với khách du lịch đến đây chơi một, hai tuần, muốn xem thử những điều lý thú của đất nước này và ngủ miễn phí với mấy cô gái trong suốt hành trình. Bạn có thể đăng ký và bắt đầu nhắn tin cho mấy cô gái Việt vài tuần trước khi đến, lấy thông tin chi tiết của họ và sắp xếp nhiều cuộc hẹn hò. Nếu đi du lịch một mình, thậm chí bạn có thể nhờ họ làm người hướng dẫn miễn phí.

Nếu bạn dẻo miệng, bạn cũng có thể sắp xếp cuộc hẹn ở khách sạn của bạn (không cần bỏ tiền ra) rồi qua đêm để hai người... nói thế nào nhỉ... "xem phim".

Trang mạng này cũng là nơi lý tưởng để tìm ra người hướng dẫn địa phương - một người sẽ đi chơi với bạn cả ngày, dẫn bạn đi dạo quanh thành phố, rồi buổi tối... điều bạn cần sẽ tự nhiên mà đến...

Trong chuyến đi hai tuần vừa rồi của tôi, tôi vào xem trang hai tuần trước khi đến, sắp xếp khoảng 12 cuộc hẹn hò, cuối cùng chỉ gặp được sáu cô gái và ngủ với bốn cô trong số họ."

vv và vv...

Vì không muốn việc đọc sách này trở nên phiền toái, tôi sẽ nói về những kẻ không ra gì như tác giả của đoạn trích này ÍT NHẤT CÓ THỂ. Do đó tôi sẽ nói ngay lời khuyên đầu tiên: Nếu bạn muốn có một mối quan hệ cởi mở, không quá thực dụng, dựa trên sự tôn trọng và hiểu biết lẫn nhau, tưởng như phần lớn 12 cô gái bài viết trên nói đến, thì trong lần gặp đầu tiên đừng bao giờ về khách sạn để "xem phim" với một trai Tây hay dẫn anh ấy đi dạo quanh thành phố rồi buổi tối... nói thế nào nhỉ... BỊ BÓC LỘT KHÔNG THƯƠNG TIẾC BỞI MỘT THẰNG ĐỂU CHỈ ĐẾN VIỆT NAM ĐỂ SỜ MÓ NHỮNG CÔ GÁI NGÂY THƠ.

Sự thật là bạn cần tránh xa đàn ông kiểu này.

♥

Loại trai Tây thứ hai bạn cần tránh xa cũng có tên tiếng Anh riêng là "pothead" (đầu bồ đà). Thực ra ở đây có hai "loại phụ". Thứ nhất là Tây ba lô với mục đích chính ở đường Bùi Viện là mua bồ đà rẻ gấp bốn lần so với thứ anh ta mua ở quê nhà. Thứ hai là những người expat mà mục đích chính là tìm cách giảm stress từ công việc dạy tiếng Anh cho số thanh thiếu niên Việt Nam "quậy" bằng cách hút bồ đà và lang thang trên mạng từ sáu đến mười tiếng mỗi ngày...

Bản chất của người sexpat và pothead khác nhau. Phía sau cái bề ngoài lịch lãm của người sexpat thì gần như luôn luôn có động cơ RẤT CỤ THỂ. Còn người pothead, ẩn dưới cái cách cư xử hơi thất thường là một đầu óc thông minh với tâm hồn nhạy cảm. Kẻ sexpat là một người đàn ông với nỗi ám ảnh khiến cho anh ta QUÁ BẬN VIỆC. Còn kẻ pothead thường là người đàn ông vừa có tài vừa có thời gian nhưng anh ta lại thoải mái tiêu xài lãng phí.

Sở dĩ bạn không nên quen kẻ thứ hai là vì chứng nghiện bồ đà sẽ làm anh ấy mất đi khả năng tập trung cả về mặt tinh thần lẫn tình cảm. Nó biến cuộc sống anh ấy thành một giấc mơ bị xé lẻ mà trong đó, có khi nhân vật chính cười khúc khích, có khi lại tỏ ra hoảng sợ. Nó cản trở đường công danh sự nghiệp của anh ấy. Nó ngăn cản anh ấy dọn dẹp căn hộ của mình. Và tất nhiên nó cũng ngăn anh ấy học tiếng Việt. Thậm chí nó cướp đi sức lực đủ để anh ấy nói hết ý của mình.

Anh ta khó nhận ra hơn kẻ sexpat một chút, nhưng vẫn không khó phân biệt lắm. Cặp mắt của anh ta hơi đờ đẫn, khuôn mặt thì hơi tâm trạng. Anh ta hay nói vòng vo có vẻ không hài lòng về mình. Thêm vào đó, sau hai, ba lần gặp gỡ, anh ấy chắc là sẽ mời bạn cùng thưởng thức "sở thích" của anh ấy.

Lời khuyên của tôi ở đây một lần nữa vẫn là TRÁNH THẬT XA.

♥

Loại đàn ông phương Tây thứ ba bạn phải tránh xa ra là một anh chàng mang theo trong ba lô một danh sách người yêu cũ thật dài. Hoặc một danh sách của những người VỢ cũ thật dài (kèm với những món nợ và mối quan hệ căng thẳng với con cái thường đi cùng những người vợ cũ).

Có lẽ tôi nói hơi phóng đại. Không phải với đàn ông phương Tây nào có người yêu cũ hay vợ cũ bạn cũng cần phải lo lắng. Bạn chỉ cần lo lắng với những đàn ông KHÔNG BAO GIỜ QUÊN "người cũ". Hay nói đúng hơn là không MUỐN QUÊN "người cũ": họ dường như không đến Đông Nam Á để mối quan hệ cũ đi vào dĩ vãng mà chính là ĐỂ NHỚ LẠI NÓ Ở MỘT ĐỊA ĐIỂM ĐẸP KỲ LẠ.

Đây là loại đàn ông luôn đấu tranh với mối quan hệ tan vỡ nhưng lại muốn nói về nó HOÀI.

Tại sao việc nói liên tục về quá khứ sẽ làm bạn khó chịu? Vì nó sẽ làm rõ một điều. Đó là bạn Tây này tưởng như mình là binh sĩ bị thương trên chiến trường tình yêu nhưng thực tế giống một cậu bé nhõng nhẽo cần đét cho một cái vào mông.

Chúng ta hãy làm rõ vấn đề. Khả năng bạn quen được một trai Tây ở Việt Nam không có "quá khứ" nào hết dường như không bao giờ xảy ra (ngay cả với chàng 18 tuổi qua Đông Nam Á để đi phượt trước khi vào đại học cũng không ngoại lệ - thậm chí, khả năng chàng trai trẻ ấy "có quá khứ" là khá lớn rồi!) Cái quan trọng ở đây là, nếu anh ấy có một quá khứ vẫn đi lòng vòng trong đầu ở HIỆN TẠI thì - một lần nữa, bạn phải tránh xa.

♥

Loại thứ tư là gã trai phương Tây tự kỷ bị rối loạn tăng động.

Trai Tây này thường mở đầu câu nói với từ "I".

Anh ta bật cười rất lớn về câu pha trò của mình và không bao giờ đặt câu hỏi (ít nhất là câu hỏi để lòi sự thiếu hiểu biết về con người, ngôn ngữ và văn hóa của đất nước anh ta đang sống).

Loại trai Tây này vốn là người muốn có càng nhiều trải nghiệm phong phú càng tốt với mục đích chính là lòe thiên hạ. Cuộc sống của anh ta ở Việt Nam quay xung quanh điều đó. Đây là khoảng thời gian giải lao ngắn ngủi ở một đất nước kỳ lạ mà anh ta sẽ ba hoa với các bạn đồng hành ở nước kế tiếp.

Trái với đàn ông phương Tây "bị suy nhược về mặt tình cảm" muốn kể chuyện đau khổ về vợ cũ thì gã phương Tây tự kỷ bị rối loạn tăng động sẽ kể chuyện VỀ VIỆT NAM. Bạn là người Việt chính gốc với đầy đủ hiểu biết về xứ sở của mình. Khi gặp gỡ gã trai này, bạn sẽ được một người da trắng giảng cho nghe một bài dài về một số chuyện phiêu lưu mà anh ta đã dính vào (cùng bạn bè - hầu hết là người da trắng) chỉ trong một thời gian ngắn ngủi ở Việt Nam. Anh ta đi cắm trại ở vùng rừng núi còn nhiều mìn chưa được gỡ bỏ. Anh ta lên đỉnh Fansipan với "chiếc nón-quần lót" trên đầu. Anh ta chạy xe máy 150 cây số/giờ ở Tây Nguyên rồi để thoát khỏi bị cảnh sát giao thông truy đuổi, anh ta núp trong một cái rãnh ở lề đường 20 phút. Trở lại thành phố, anh ta tổ chức tiệc om sòm ở Circle K khiến cho gã thu ngân người Việt ở sau quầy sợ ướt hết cả quần.

Những cuộc phiêu lưu này nghe có thú vị không? Chắc hẳn, theo bạn, chúng nghe có vẻ vừa nguy hiểm vừa ngốc nghếch, thậm chí là coi thường luật pháp của Việt Nam nữa - đúng không?

(Nếu xui xẻo thì bạn sẽ bị bắt buộc nghe tiếp về những chuyện phiêu lưu mạo hiểm gần như là tâm điểm cuộc sống của anh ta ở phương Tây...)

Sau khi gặp phải nhiều gã phương Tây tự kỷ bị rối loạn tăng động, bạn sẽ dễ dàng nhận ra trai Ta cũng có những điểm tốt. Có thể họ "chạy" không nhanh bằng bạn nhưng cách trai Ta thể hiện trách nhiệm chung của mình - cách cuộc sống của họ quay xung quanh một số hoạt động rất thông thường - cũng có giá trị riêng. Đặc biệt là khi bạn so sánh nó với cách ăn nói tào lao của một số chàng trai Tây thuộc số đông tầm thường.

Thử nghĩ xem, bạn sẽ phải đối phó với một gã phương Tây nói tào lao này như thế nào? Đúng rồi, cách tốt nhất là phải tránh xa anh ta ra, kể cả bạn bè của anh ta nữa.

♥

Ngoài bốn loại đàn ông phương Tây tiêu biểu này ra, còn có nhiều loại trai Tây có thái độ tệ hại khác mà họ mang đến Việt Nam hay thể hiện rõ ràng hơn sau khi tới.

Có người sexpat tự thấy mình là món quà ông trời dành cho phụ nữ Việt. Có người pothead tự thấy bồ đà là món quà ông trời dành cho cả vũ trụ. Thứ đến là tay lòe đời trẻ tuổi tưởng tiền họ mang đến là món quà ông trời dành cho những người Việt nghèo khó. Có trai Tây lớn tuổi cũng có ảo tưởng tương tự về lương hưu của mình khi ngụ trong các khách sạn ba sao.

Tương tự vậy, có khá nhiều trai Tây (và một số gái Tây nữa) nghĩ rằng tiếng mẹ đẻ, phong cách làm việc hoặc cuộc sống xã hội kiểu phương Tây của họ là món quà ông trời tặng cho nơi này để giúp nước Việt phát triển. Họ là những người phương Tây sống ở Việt Nam mà không màng đến ngôn ngữ, phong cách làm việc hay cuộc sống xã hội của người Việt. Và họ có xu hướng cho rằng người Việt không tiếp nhận được các phong tục lề thói phương Tây ngay lập tức vì họ vốn là những kẻ lạc hậu hay ngốc nghếch.

Bạn tiếp cận giới expat phương Tây ở Việt Nam thì chắc chắn sẽ được gặp họ. Đó có thể là chàng Tây dù đã ở Việt Nam một năm cũng chỉ biết thốt lên hai từ" trời ơi" thật nồng nhiệt chứ chẳng biết nói gì nữa. Hoặc cũng có thể là anh chàng Tây ở Việt Nam được hai năm rồi ngỡ mình rất hiểu biết về văn hóa Việt Nam chỉ vì đã đến Hội An hay được tham dự một vài tiệc cưới.

Họ là những người phương Tây chưa đủ bản lĩnh để giao tiếp với người Việt (trừ những người địa phương đáp ứng nhu cầu của họ) nên chỉ sống riêng biệt ở cộng đồng expat nhỏ xíu, đôi khi tỏ ra tuyệt vọng vì thấy Việt Nam không bao giờ đủ tiện nghi như phương Tây.

Tôi không nói tất cả các trai Tây này đều thuộc số đông tầm thường, hẳn sẽ có một số là người tử tế. Nhưng điều tôi muốn nói là những loại đàn ông sống buông thả đó bạn không nên yêu đương hay lấy làm chồng. Bởi những người này vốn tự coi mình là "kẻ bề trên" khi tới Việt Nam, và chắc hẳn họ sẽ khó hiểu bạn như một người Việt Nam đúng nghĩa - một điều rất quan trọng nếu muốn có một mối quan hệ tử tế.

Cuối cùng, thay vì có mối quan hệ với một đàn ông phương Tây thô tục hay nhạt nhẽo, có lẽ tốt hơn bạn nên yêu một chàng trai Việt. Công nhận anh ấy cũng có thể là người chạy chậm, nhưng bạn rành tiếng mẹ đẻ của anh ấy và hiểu biết về tất cả các tật xấu tiềm ẩn.

Việc một số trai Ta lười biếng hay gia trưởng (không biết tự giặt đồ lót của mình, v.v...) là vấn đề cũng dễ vượt qua mà.

♥

Cách đây 30 năm ở Việt Nam, mối quan hệ giữa trai Tây và gái Ta bị coi là đáng xấu hổ, ngay cả cấm kỵ. Một trong những dấu hiệu của sự thay đổi lớn trong xã hội Việt Nam là mối quan hệ với người phương Tây ngày nay không chỉ được chạy theo mà còn được coi là thời thượng nữa.

Số các chàng trai Tây qua Việt Nam sống ngày càng tăng thì việc có mối quan hệ với họ càng dễ dàng.

Vấn đề ở chỗ là khá nhiều gái Ta hoàn toàn không có hiểu biết về trai Tây, tức là họ không biết gì về những giới hạn tiềm ẩn của các "mối quan hệ xuyên văn hóa", huống chi là những mặt tích cực THẬT SỰ. Bạn muốn hiểu thêm thì phải bỏ qua cái cách mà Hollywood đã "lý tưởng hóa" đàn ông phương Tây thành Siêu Nhân Quyến Rũ. Bạn cũng phải quên đi những bài viết sáo rỗng, vô căn cứ về một số đặc trưng của trai Tây nhan nhản trên mạng. Và bạn cũng phải dứt khoát quên đi những gì đã nghe nói trên vlog của những cô gái nhí nhảnh đã trải qua cuộc tình với một, hai trai Tây, rồi cứ ngỡ đàn ông phương Tây là người phong độ dễ sợ và tỏ ra say sưa về đứa con lai với chiếc mũi cao và cặp mông tròn nhỏ xíu.

Cuốn sách này có mục đích chính là giúp bạn gạt bỏ những hình ảnh sáo rỗng về trai Tây mà bạn vô tình thấy trên màn bạc hay trên mạng. Nói một cách tích cực hơn, nó sẽ giúp bạn hiểu thêm về tâm lý của đàn ông phương Tây. Nhờ đó bạn không chỉ tránh được những kẻ không ra gì, mà còn quen và nói chuyện với số ít người có cách suy nghĩ chín chắn, tìm hiểu họ, biết điều gì hấp dẫn họ, nhận ra sự khác nhau giữa góc nhìn của hai người. Từ đó, bạn sẽ biết cách phân biệt sự khác nhau nào là quan trọng, cái nào là không đáng kể hoặc cần phải giải quyết, cái nào cần được xử lý dần và cái nào nên "để đó".

Sách gồm có một, hai chương nói về cách suy nghĩ của trai Tây về tình yêu, đồng thời cho thấy nó khác với cách suy nghĩ của người Việt đại khái như thế nào. Tôi cũng muốn chỉ cho bạn hiểu rõ hơn cách các chàng trai Tây nhìn nhận cuộc sống xã hội Việt Nam và những gì bạn có lẽ không nhìn thấy ở họ khi hai người (bạn và trai Tây ưa thích nhất) ngồi đối diện nhau trong cuộc hẹn hò.

Biết đâu, nếu mọi thứ diễn ra suôn sẻ, cũng có thể cuốn sách này sẽ giúp bạn đặt mối quan hệ với một trong số họ, thậm chí là một mối quan hệ vững chắc dẫn đến một cái kết như mơ là những đứa con lai xinh đẹp rành hai thứ tiếng và có hai hộ chiếu.

Không chỉ là đứa con với chiếc mũi cao và cặp mông to mà là đứa con có một cái nhìn phản ánh sự tinh tế khác nhau từ cả bố Tây lẫn mẹ Ta.

Hy vọng chuyện đại khái là như vậy. Phần còn lại tùy thuộc vào bạn.

Chương 1

Em sắp ế! Anh cưới em với!

Hãy tưởng tượng tình huống sau.

Một chàng trai Tây đi uống cà-phê với một cô đồng nghiệp người Việt 26 tuổi, cao 1m63 xinh đẹp và thon thả. Hai người vừa ngồi xuống thì cô thỏ thẻ thế này:

Cô 26: *Anh vẫn đẹp trai như mọi khi!*

Chàng trai vốn đã cảm nắng cô gái từ lâu, giờ lại được nghe câu khen như vậy thì hẳn sẽ muốn chạy ngay vào nhà vệ sinh để ngắm lại khuôn mặt mình trong gương xem có đúng thế không.

Nhưng trên thực tế, anh ấy vẫn sẽ ngồi yên, khen kiểu tóc mới của cô gái và hỏi thăm cô dạo này thế nào thì cô ấy trả lời:

Cô 26: *Em vừa giảm cân đấy! Em vẫn còn ế sưng ế sỉa đây.*

Khi đó, tình cảm của chàng trai đối với cô ấy phút chốc bỗng tan biến.

Vì nếu có một điều khiến trai Tây phát ngán thì đó chính là chuyện những người phụ nữ trẻ trung, hấp dẫn lại đi ca thán việc chưa lấy chồng.

Hãy tưởng tượng một tình huống khác:

Trai Tây và cô 26 yêu nhau được vài năm. Cô 26 đã thành cô 28 tuổi...

TT: *Chỉ cần để dành tiền vài tháng nữa thì hai đứa mình sẽ có đủ để đi Nhật.*

28: *Đi Nhật hả? Phải dành tiền tổ chức đám cưới trước chứ.*

TT: *Đám cưới của ai?*

28: *Bộ anh không nhận ra mình chia tay nhau em sẽ phải chật vật kiếm chồng hả?*

TT: *Em có hiểu cái câu "Just shoot me" của tiếng Anh không, em?*

28: *Mẹ em cằm rằm về chuyện này mấy tháng rồi, từ khi em Hằng cưới cái anh chàng trẻ trung năng nổ có công ty riêng đó.*

TT: *"Bắn anh chết đi!"*

28: *Em đã không biết anh là người bi quan thế này đấy!*

Bi quan thật! Nếu có một điều khiến trai Tây chùn bước không muốn cưới cô bạn gái Việt của mình nữa thì đó là việc, ở Việt Nam, các mối quan hệ và hôn nhân thường phụ thuộc phần lớn vào người khác.

Nói tóm lại, việc bạn bị ám ảnh vì sợ "ế" chính là điều có thể khiến trai Tây không muốn cưới bạn. Họ không thể hiểu tại sao viễn cảnh bị ế lại khủng khiếp như thế đối với phần lớn phụ nữ Việt. Và sở dĩ họ không hiểu điều đó là vì họ được sinh ra và lớn lên ở một nước phương Tây, nơi mọi người gần 30 (cả nam lẫn nữ) vẫn được khuyến khích tập trung vào việc làm gì để khiến bản thân họ hạnh phúc.

Trai Tây sắp đến ngưỡng 30 không có cảm giác họ sắp bị ế. Nếu họ mới sang Việt Nam ở thì thường có cảm giác ngược lại. Trai Tây đến Việt Nam thì thường nhận được ánh nhìn hiếu kỳ của mọi người. Nếu gặp may thì anh ấy trở thành tâm điểm chú ý của khá nhiều phụ nữ trẻ đẹp.

Như vậy anh ấy không có cảm giác sắp bị ế mà có cảm giác... sắp lên thiên đường.

Bạn muốn quen trai Tây thì chính hai góc nhìn khác nhau đó cần được xem xét kỹ càng.

♥

Quay trở lại trai Ta một chút - nói đến đàn ông Việt Nam, họ rõ ràng không chịu nhiều áp lực cưới xin như bạn khi bước vào độ tuổi từ 25 - 30. Tuổi thanh niên thì đàn ông Việt được ăn chơi khá thoải mái. Nếu họ rành chuyện chiều lòng bố mẹ (rành chuyện trấn an bạn gái tạm thời nữa) thì họ có thể tiếp tục ăn chơi, không cần ổn định cuộc sống thêm mấy năm nữa. Thế nhưng, thường thì đến một lúc nào đó, nỗi lo về việc lập gia đình cũng bắt đầu ập đến. Bố mẹ họ sẽ bắt đầu mơ tưởng về niềm vui được bế cháu. Họ sẽ vẽ một bức tranh màu hồng về niềm vui được làm bố cho con trai. Có lẽ họ nói bóng gió rằng họ chẳng thể an lòng nhắm mắt nếu không có con cháu chăm lo hương khói đầy đủ khi về với tổ tiên.

Kết quả thứ nhất ở đây: phần lớn các chàng trai Việt hơn 30 tuổi còn quá ham chơi thì đợi bố mẹ càm ràm nhiều về chuyện cưới xin rồi mới chịu lập gia đình.

Cái kết thứ hai - cũng thường xảy ra - các chàng trai Việt tự động đi kiếm vợ và lập gia đình chứ không đợi bố mẹ càm ràm. Họ tự nguyện chấp nhận bổn phận làm cha, tự nguyện bỏ việc ăn chơi (chí ít là tạm thời...)

Thỉnh thoảng có trường hợp thứ ba xảy ra: một số trai Ta sốt ruột chuyện lập gia đình hơn cả con gái và đi kiếm cho được một cô để lấy làm vợ vì tha thiết muốn có con.

Còn trai Tây thì khác hẳn. Phần lớn cha mẹ ở phương Tây không gây áp lực cho con trai mình và phần lớn các chàng trai Tây cũng không gây áp lực cho bản thân. Quan niệm của người phương Tây là chỉ cưới *nếu và khi nào* bản thân mình thấy hợp lý. Từ "nếu" ở đây là mấu chốt - trai Tây (và ngày càng nhiều gái Tây) hoàn toàn có thể không lập gia đình nếu họ cảm thấy còn có những thứ khác quan trọng hơn trong cuộc đời họ.

Nói tóm lại:

- Trai Tây không cho rằng họ PHẢI lập gia đình để có con nối dõi hay làm vừa lòng cha mẹ, tổ tiên.
- Họ không bị áp lực từ phía bạn bè và xã hội như đàn ông Việt Nam.
- Họ không thích bị người yêu "chèo kéo" về chuyện lập gia đình. Họ sống ở một nền văn hóa khác nên họ sẽ không hiểu điều gì thúc giục con gái Việt phải lập gia đình và sau đó lại khiến cô ấy "chèo kéo" cả anh ta.

Điều này có nghĩa là trai Tây ích kỷ hay vô tâm không? Hay phần lớn trai Tây sẽ không bao giờ có hứng cưới hay lập gia đình?

Không hề.

Điều này chỉ có nghĩa là chàng trai Tây sẽ muốn cưới khi có lập luận hợp lý.

Những lập luận hợp lý để khiến họ phải lấy cô người yêu của mình là:

- Yêu chân thành người đó, nhận ra người đó cùng quan điểm sống.
- Yêu chân thành người đó và nhận ra mình đã có kỷ niệm chung và có thể có tương lai chung với người đó.

Vì thế, đối với trai Tây, có rất nhiều lý do mà những phụ nữ Việt Nam muốn kết hôn sớm vì sợ ế đưa ra không thể tiêu hóa được:

28 - *Em dứt khoát phải cưới sớm vì bố mẹ muốn em cưới sớm.*

TT - *Chuyện này em phải tự quyết định chứ không phải bố mẹ.*

28: *Em dứt khoát phải cưới sớm vì phần lớn bạn em đã cưới rồi.*

TT - *Chuyện này em phải tự quyết định chứ không phải bạn bè em.*

28 - *Em dứt khoát phải cưới sớm vì cuối năm em 29 rồi. Vài năm nữa em đã trở thành bà cô già xấu xí chẳng ai thèm lấy.*

TT - *Trong mắt anh, nhiều năm nữa em vẫn luôn là cô gái xinh đẹp và đáng cưới.*

28 - *Em phải cưới sớm thôi vì em nhất định phải có con. Nếu em cưới muộn em có thể sẽ khó có con.*

TT - *Phụ nữ vẫn có thể sinh con khi gần đến 40. Nếu em sinh con trễ thì sẽ có thời gian làm nhiều thứ khác trong đời.*

28 - *Nếu em không cưới sớm, em sẽ bị ế, em sẽ là đồ thừa thãi. Và đối với một người phụ nữ, việc bị xem là đồ thừa thãi là số phận đen đủi nhất sẽ đeo bám họ cả đời.*

TT - *Đen với đủi gì! Số phận đen đủi nhất là khi đâm đầu vào hôn nhân với một kẻ không ra gì để không bị xem là "đồ thừa thãi" rồi lại đau khổ cả đời.* (Điều mà không ít phụ nữ Việt Nam đã gặp phải).

♥

Công nhận là những lý do trì hoãn việc kết hôn cũng chính đáng nhưng vẫn có một số trai Tây tránh việc kết hôn vì lý do hơi đặc biệt.

Nói chung, trai Tây có khả năng sống tự lập hơn so với đa số đàn ông Việt. Họ biết chăm sóc bản thân; họ thấy thích ở một mình và không phải lúc nào họ cũng cần đến bàn tay của phụ nữ. Một số người sợ rằng nếu kết hôn thì đến một lúc nào đó họ cũng sẽ cảm thấy chán ngấy - tựa như một mối quan hệ thỏa mãn là phim truyền hình nhiều tập với mục đích chính chỉ để giải trí.

Còn một số trai Tây khác lại ảo tưởng rằng họ tự lập hơn những gì họ nghĩ. Nếu có nhu cầu tình dục thì họ sẽ được đáp ứng bởi tình một đêm hay các bạn gái "thời vụ". Khi bạn gái thời vụ không có ở nhà thì tưởng như họ biến giấc mơ Đàn Ông Tự Do thành sự thật được. Họ có thể chất quần áo bẩn thành đống ở góc phòng, đi nhậu đến nửa đêm không bị ai cằn nhằn và chơi bời thoải mái với hàng tá cô gái khác.

Tình dục thường đóng vai trò chính trong giấc mơ Đàn Ông Tự Do. Là người tin rằng tình dục là một trong số ít thú vui còn sót lại trên đời, Đàn Ông Tự Do sắp xếp cuộc đời mình sao cho anh ta có cơ hội thưởng thức nó một cách thường xuyên nhất. Chốc lát, anh ta đã biến mình thành tay chơi sát gái siêng năng (với căn hộ dơ bẩn và người bạn gái bất hạnh mà anh ta không bao giờ lấy làm vợ).

Có khi nghệ thuật cũng đóng vai trò quan trọng trong giấc mơ này. Là người tin rằng cuộc sống vợ chồng không phù hợp với mục tiêu vĩ đại như trở thành nhạc sĩ, đạo diễn hay nhà văn của mình, bỗng chốc Đàn Ông Tự Do đã trở thành tay chơi sát gái ít siêng năng hơn (còn có căn hộ dơ bẩn và những cô bạn gái bất hạnh anh ấy không bao giờ lấy làm vợ).

Vì thế, muốn có một mối quan hệ bền vững với trai Tây thì bạn phải dung hòa cả hai điều. Một mặt, bạn phải tìm hiểu xem anh ấy có phải là người đào hoa, đa tình hay không. Mặt khác, bạn phải biết chấp nhận một điều rằng anh ấy chưa đi đến kết hôn, dù bạn đã gần 30, không có nghĩa là anh ấy không muốn cưới bạn làm vợ.

Có khá nhiều trai Tây không phản đối hôn nhân nhưng họ muốn đạt được những thành tựu nào đó trong cuộc sống trước. Ở điểm này, trai Tây trái ngược hoàn toàn với trai Ta.

Ở phương Tây, đàn ông muốn sống tự lập, muốn có sự nghiệp vững vàng và cả một thành tựu nào đó trước khi lấy vợ. Còn ở Việt Nam, đàn ông thường muốn "yên bề gia thất" rồi mới tính đến chuyện "chinh phục thế giới".

Nếu người yêu Tây phương của bạn khẳng định rằng anh ấy thấy bạn hấp dẫn không kém mặc dù bạn gần độ tuổi 30 thì không có gì là lừa dối cả. Như bạn sẽ thấy ở chương 14 của sách này, trong tình yêu, trai Tây thường không phân biệt về tuổi tác như trai Ta. Đối với họ, những cô gái nhiều khi 30 cũng hấp dẫn như cô gái 20.

Lời khuyên chính của chương này: Nếu có quen một trai Tây vài năm mà thấy mối quan hệ vẫn tạm bợ thì bạn cũng đừng nên đốc thúc chuyện cưới xin. (Đừng lặp lại tình huống giữa cô gái 28 tuổi và bạn trai cô như ở trên). Bạn hãy dũng cảm lên, làm theo kiểu phương Tây: Cứ nói những gì bạn mong muốn.

Hãy cho anh ấy biết điều bạn quan tâm nhất là mối quan hệ bền vững giữa hai người. Đừng bao giờ nói rằng mục đích của bạn khi yêu anh ấy là để sinh con lai dễ thương, tránh bị cha mẹ hối thúc hay chiến thắng em Hằng trong cuộc so tài lấy chồng giàu sang.

Những gì bạn nói phải dựa trên lý trí. Đó mới là cách hiệu quả nhất để tránh những suy nghĩ khác thường của Đàn Ông Tự Do, những giấc mơ của anh ấy, và trên hết, phần con người của anh ấy tự nhủ rằng hễ ở một đất nước nhiều gái đẹp như Việt Nam thì anh ấy không bao giờ cần lo đến chuyện ế...

Chương 2

Ý kiến

Tình yêu là điều kỳ diệu. Điều kỳ diệu hơn nữa, theo một số người, là tình cảm sâu sắc đến sau tình yêu vài năm trong viễn cảnh tốt đẹp nhất, đặc biệt khi hình dạng của nó là những cam kết thực tế được chia sẻ giữa hai bên để đem đến sự thành công cho đơn vị nhỏ mà bạn và người bạn đời tạo dựng nên.

Thế nhưng khi mới quen một người đàn ông, bạn không nên trông cậy vào viễn cảnh mơ hồ của một tương lai tốt đẹp để cuốn hút anh ấy.

Nhất là khi người đàn ông đó là trai Tây.

Ngoài sự hấp dẫn về ngoại hình, sự gắn kết về tình cảm và một chút hứa hẹn về tương lai, có một điều nữa giúp cho mối quan hệ tình cảm trở nên khắng khít hơn. Đó là Ý KIẾN.

Đằng sau vẻ bề ngoài của cuộc sống và tương tác thông thường, có một thế giới của ý kiến về nhiều thứ:

- Ý kiến về những người khác.
- Ý kiến về sự vận hành của xã hội và thế giới rộng lớn.
- Ý kiến về một trong số những điều quan trọng hơn cả lợi ích cá nhân hay công việc hàng ngày, chẳng hạn như: tôn giáo, chính trị, nghệ thuật hay cách làm thế nào để thế giới tốt đẹp hơn.

Hay nếu mấy chủ đề đó nghe quá phức tạp thì hãy thử có ý kiến về những thứ gần gũi hơn như phim ảnh, sách vở, sở thích hay công việc - cái nhìn riêng về phong cách chung mà hai người có thể đem ra thảo luận.

Cần lưu ý rằng ý kiến ở đây không phải chỉ là những lời nhận xét mơ hồ qua loa mà là những ý kiến rạch ròi. Thứ ý kiến theo đúng định nghĩa của nó. Thứ mà bạn phải lý giải. Thứ mà bạn phải nói về nó theo chiều hướng mà người nghe có thể học được điều gì đó vừa về bạn vừa về thế giới xung quanh.

Đến một câu hỏi thú vị rồi đây. Ở Việt Nam, số người có ý kiến, quan điểm riêng là nhiều hay ít? Câu trả lời rõ ràng là ít.

Tất nhiên, ở Việt Nam cũng có người không ngần ngại bày tỏ quan điểm của mình. Một số người nói lên quan điểm riêng khá tốt, số còn lại có cách trình bày rất khủng khiếp.

Vấn đề là ở chỗ khi cần DIỄN GIẢI RÕ quan điểm của mình (kể cả khi hỏi và trả lời), người Việt thường bối rối. Phần lớn họ đều không thích tìm hiểu xem một ý kiến mới có giá trị hay không.

Người Việt thích không khí thân thiện hữu hảo. Đối với người nước ngoài, họ hơi khách sáo một chút (hoặc thích mời ăn nhậu). Thảo luận ý kiến của mình hay phê phán ý kiến của người khác có vẻ hơi đáng sợ. Bạn sẽ vấp phải thách thức khi giải thích những gì bạn suy nghĩ hay sẽ bị chỉ ra những sai lầm trong lối suy nghĩ đó. Đặc biệt là khi hẹn hò, việc này càng khó chấp nhận.

Quan niệm của người Việt về ý kiến thể hiện rõ nhất trong những câu chuyện giữa đàn ông và phụ nữ. Phụ nữ Việt mà nói lên ý kiến của mình thường khiến đàn ông Việt cảm thấy sợ. Việc này có thể do đàn ông Việt luôn muốn phụ nữ phải lắng nghe họ trước. Nhưng nó liên quan mật thiết hơn đến một vấn đề khác: người Việt hình như ít có ý kiến rõ ràng về mọi việc. Sở dĩ anh ta không thích nghe những ý kiến riêng của phụ nữ là vì anh ta không có những ý kiến, lập luận vững chắc để đáp lại.

Còn trai Tây thì sao? Phần lớn trai Tây thích những người phụ nữ có chính kiến. Khi hẹn hò, họ cảm thấy việc gặp gỡ một cô gái có quan điểm khác với mình là một điều hấp dẫn. Với họ, sự bất đồng ý kiến (miễn là không quá nghiêm trọng) được coi là khá gợi cảm.

Nói cách khác, khi ngồi nói chuyện với bạn trong một buổi hẹn hò thì một trai Tây tinh tế không muốn có cảm giác:

- Bạn là "khu miễn ý kiến".
- Việc trình bày quan điểm riêng sẽ dẫn đến sự im lặng gượng gạo.
- Bạn vui vẻ đồng tình với mọi ý kiến của người khác.

Nói thẳng ra thì anh chàng sẽ mất hứng nếu có cảm giác bạn chỉ biết lặp lại những gì bạn bè nói hay những quan điểm trên các trang mạng facebook, kênh 14 và Guu. Ngược lại, nếu bạn có tấm bằng thạc sĩ, bạn có thể nói tiếng Anh và bạn giải thích một vài điều thú vị mới mẻ nào đó về thế giới mà anh ta chưa biết thì chàng trai mới nghiêm túc ngồi thẳng lưng lắng nghe. (Rõ ràng bạn muốn bày tỏ bất cứ ý kiến nào trong khi hẹn hò với trai Tây thì phải biết nói tiếng Anh – chúng ta sẽ trở lại đề tài này sau.)

Hay nói một cách khác, đối với người phương Tây, mỗi con người là cả một thế giới riêng. Nếu họ đang có ý định tiến tới mối quan hệ nghiêm túc với một người nào đó, họ sẽ muốn khám phá xem thế giới đó như thế nào. Thường thì họ sẽ đi tìm những "thế giới" thú vị và sống động; một thế giới có ánh sáng và bóng tối, chứ không phải là bức tranh đơn sắc. Điều mấu chốt là: trong một thế giới có ánh sáng và bóng tối - một bức tranh đa sắc – thì bóng tối quan trọng không kém ánh sáng. Theo nghĩa đen - nếu bạn muốn quen trai Tây thì bạn không cần e ngại việc bày tỏ các khía cạnh chán nản của thế giới, không cần xem mọi thứ là chuyện đương nhiên, và hoàn toàn không cần xem ý kiến của những người xung quanh là tốt hay đúng. Nét đẹp kỳ lạ của ý kiến thật ra là thế này: ý kiến thường bắt nguồn từ SỰ BẤT ĐỒNG Ý KIẾN VỚI NGƯỜI KHÁC, thậm chí từ việc xét thấy ý kiến của người khác không chỉ không đúng mà còn sai trái và vô căn cứ. Và sau đó là việc giải thích vì sao.

Người phương Tây quan niệm rằng con người có thể là hoàn toàn xấu xa và kỳ quặc. Họ nghĩ rằng thế giới này nhiều bất công và méo mó. Có khi cuộc sống là những chuỗi ngày tồi tệ - người phương Tây biết điều đó và những người tinh tế trong số họ rất muốn biết nguyên nhân là gì. Mỉa mai một cách khéo léo về những điều tồi tệ là chính đáng; theo cách nhìn của họ, chỉ những kẻ ngốc nghếch mới đối phó với những ngày tồi tệ bằng thái độ hiền lành, luôn đồng thuận và nhường nhịn. Vì thế, một người khác phái có ý kiến riêng về những điều tồi tệ trong cuộc sống - một người có cách phản ứng riêng và có thể giải thích nó tường tận - là một người rất hấp dẫn đối với họ.

Chuyện này không có nghĩa bạn cần là một người quá trí thức, cũng không cần là nhà hoạt động xã hội, mặc dù người phương Tây tinh tế hay bị ấn tượng bởi những người Việt muốn tạo ra một thế giới tốt đẹp hơn người chỉ biết làm ra một đống tiền để khoe với thiên hạ.

Vấn đề là bạn cần biết dùng ý kiến để khẳng định quan điểm của mình trong khi nói chuyện. Những thách thức trong cuộc nói chuyện với trai Tây là chủ đề một chương riêng của cuốn sách này. Cái chính chúng ta cần bàn đến ở đây là, khi một trai Tây đang suy nghĩ kỹ liệu anh ấy và bạn có nên quen nhau hay không, thì một điều anh ấy chắc chắn sẽ chú trọng là hai người sẽ nói gì với nhau VỀ SAU. Bây giờ hai người không có chung niềm vui khám phá ý kiến của nhau có lẽ cũng không sao. Nhưng năm năm sau - khi hai người ngồi đối diện nhau trước bàn ăn, chứ không phải liếc mắt đưa tình nhau trong buổi hẹn hò - thì đó quả là một vấn đề lớn.

Hãy suy nghĩ theo hướng này. Có một điều khiến trai Tây do dự trong việc hẹn hò với bạn dù bạn có đẹp mê hồn đến thế nào đi nữa là: bạn là người Việt Nam, còn anh ấy không Việt Nam chút nào. Hai người không có văn hóa chung, không có cùng khung tham chiếu. NGAY CẢ KHI bạn nói bằng thứ tiếng Anh lưu loát, anh ấy cũng thấy rất khó để hiểu hết những gì bạn nói. Ngược lại, bạn sẽ không những không hiểu cách nói đùa của anh ấy mà còn có thể không hiểu hết những ý kiến kỳ quặc của anh ấy, trừ khi bạn đã qua phương Tây sống nhiều năm.

Phần thứ nhất của vấn đề là chuyện anh ấy phải lo. Anh ấy thực sự có tình cảm với bạn thì anh ấy chắc chắn sẽ quan tâm đến cái khung tham chiếu Việt Nam. Do đó, bạn hãy tạo cơ hội cho anh ấy tìm hiểu về ý kiến của bạn trong khi bạn đang tìm hiểu về ý kiến của anh ấy.

Những điều lo lắng trước mắt của bạn là - bạn có chuyện gì để nói với anh ấy không? Bạn có ý kiến riêng nào để nói lên không? Bạn có biết bàn về chúng, về những thứ xung quanh chúng và diễn giải lý do nếu anh ấy có hứng bàn đến ý kiến trái ngược không?

Đừng ngạc nhiên nếu anh bạn trai Tây phương không đồng ý với vài điều bạn nói. Để cho công bằng - nếu bạn cũng bất đồng ý kiến với một số điều anh ấy nói thì cứ trao đổi thoải mái. Cứ tự nhiên sửa lại những quan niệm sai lầm của anh ấy - đặc biệt là khi nói đến những suy nghĩ nửa vời về Việt Nam mà anh ấy vớ được đâu đó từ khi qua Việt Nam sống. Hãy nhớ đặt câu hỏi mang tính thách thức và đưa ra câu trả lời sắc sảo. Hoặc thử một cái gì đó mới lạ: ném "curveball" vào anh ấy.

Theo nghĩa đen, "curveball" là cách ném quả bóng trong môn bóng chày - cách ném cho bóng không bay thẳng và nhanh mà bay vòng vèo, vì thế thử thách kĩ năng của cầu thủ của đội đối phương muốn đánh nó. Theo nghĩa bóng, "curveball" là lời nhận xét hay câu hỏi hơi khó hiểu mang tính châm biếm được "ném" vào câu chuyện. Một câu hỏi có ẩn ý.

Chẳng hạn như:

- Anh đã tìm lại được thứ khêu gợi tình dục của anh khi đến châu Á chưa? (Ẩn ý anh ấy đã làm mất thứ khêu gợi tình dục của mình ở đâu đó)
- Tại sao trai Tây lại nghĩ rằng râu ria bờm xờm là hấp dẫn? (Ẩn ý râu ria bờm xờm không đẹp, thậm chí có thể khiến người yêu mình bị phát ban)
- Anh nghĩ điều tồi tệ nhất ở các nước phương Tây là gì? (Ẩn ý cuộc sống ở các nước phương Tây cũng có vài điểm xấu mà bạn đã nhận ra. Ngoài ra, nếu anh ấy trả lời rằng điều tồi tệ nhất ở phương Tây là giá một chai bia quá mắc thì bạn sẽ biết chắc anh ấy cũng là "khu miễn ý kiến".)

Tất cả những gì mới nói (diễn đạt ý kiến, đặt câu hỏi mang tính thách thức, đưa ra câu trả lời sắc sảo, ném curveball) nghe có vẻ khó khăn vì bạn đã từng học vẹt và không bao giờ thảo luận ý kiến khi ở trường - có đúng không? Chúng cũng mâu thuẫn với cái cách phần lớn giới trẻ Việt Nam tương tác - cách chia sẻ đủ thứ linh tinh mà hiếm khi ngừng lại suy nghĩ hay bàn bạc.

Và tất nhiên, chúng chắc chắn cũng sẽ khác hẳn với hình mẫu mà tư tưởng truyền thống áp đặt lên người phụ nữ Việt Nam - nết na, đoan trang, khiêm nhường và nhẫn nhịn để duy trì sự hòa hợp.

Sở dĩ bạn nên làm những việc như tự do trình bày ý kiến hay đặt câu hỏi khó cho dù nó trái với hình ảnh phụ nữ truyền thống là vì, điều đó sẽ giúp bạn gần gũi hơn, tạo một mối quan hệ ý nghĩa hơn với anh ấy.

Bạn chủ động về mặt này thì có một ưu điểm nữa. Nếu anh ấy không phải là người thích khám phá quan điểm của người khác, hơn nữa còn có những ý kiến không mấy hay ho thì chuyện đó rất dễ phát hiện ra nếu bạn đặt câu hỏi thách thức hay ném curveball.

Có khá nhiều trai Tây tìm kiếm hầu hết các chủ đề cho buổi nói chuyện ở những chương trình phương Tây tương tự như Kênh 14 và Guu. Đàn ông vốn là đồ con lợn, phụ nữ vốn là đồ chó cái - ai nói thẳng ra chân lý đó là kẻ vừa hài hước vừa thành thật.

Rõ ràng đây là những loại ý kiến tầm thường mà trai Tây chỉ nên nói với bạn nhậu chứ không phải lấy làm căn cứ cho một buổi hẹn hò hấp dẫn - huống hồ là quan hệ vững chắc với một phụ nữ Việt Nam chững chạc như bạn.

Chương 3

Tiếng Anh

Phụ nữ Việt Nam phải hiểu rằng nếu họ muốn quen một trai Tây thì việc biết nói tiếng Anh rất có lợi, nếu không nói là hoàn toàn cần thiết. Bạn cố gắng hẹn với một người bất đồng ngôn ngữ, dù là nam hay nữ, già hay trẻ, thì sẽ biết thế nào là thất bại trong giao tiếp.

Rõ ràng là có khá nhiều phụ nữ Việt Nam không đáp ứng được tiêu chuẩn quan trọng này. Phân tích bảng thống kê chính xác khả năng tiếng Anh ở nữ giới Việt cho thấy:

30% "mù tịt" tiếng Anh. Có thể từ duy nhất họ biết là "Hế lô", nhưng khi đứng trước một người bản xứ thì họ hồi hộp không dám nói ra.

45% chỉ có vốn tiếng Anh bập bõm không áp dụng trong giao tiếp thực tế được. Thêm vào đó khả năng nghe của họ quá kém. Đây là hậu quả của lối giáo dục chỉ tập trung vào ngữ pháp và luyện đọc hồi học cấp 2, cấp 3 hay thậm chí là ở đại học.

23-24% có thể nói bập bõm như số 45% nói trên nhưng họ có vốn tiếng Anh giao tiếp cơ bản đủ để giới thiệu sơ qua bản thân với người nước ngoài.

1 - 2% có khả năng tiếng Anh xuất sắc đến mức họ tự tin nói chuyện với nhiều người phương Tây cùng một lúc; hiểu hết tất cả các câu nói đùa khi hẹn hò với trai Tây và nhận ra ngay những câu đùa thô thiển mà anh bạn trai tưởng gái Ta không hiểu vì khả năng tiếng Anh quá kém...

Bây giờ hãy cùng so sánh khả năng nói tiếng Việt của những trai Tây ở Việt Nam:

45% biết hai từ "xin chào" và "cảm ơn" cộng thêm chút ít vốn từ lộn xộn được họ phát âm dở tệ rồi thường bật cười vì quá bối rối.

45% biết hai từ "xin chào" và "cảm ơn" cộng thêm chút ít vốn từ lộn xộn được họ phát âm sai bét rồi thường bật cười theo kiểu với họ tiếng Việt như một ngôn ngữ kỳ quặc hoặc không muốn nói là vô lý.

9.8 - 9.9% có khả năng dùng tiếng Việt để gọi món ăn. Họ có thể xưng tên và giới thiệu nghề nghiệp bằng tiếng Việt đủ chuẩn để người Việt có thể hiểu được dù không hết.

0.1 - 0.2% nói lưu loát hay gần như lưu loát, phát âm đúng tất cả các dấu của tiếng Việt, thậm chí có thể phát âm được dấu ngã tốt đến mức phải làm bạn bật cười tán thưởng.

Có thể kết luận lại rằng:

- Cơ hội gái Ta quen trai Tây biết nói tiếng Việt trôi chảy là rất mong manh.
- Cơ hội gái Ta quen trai Tây có thái độ dửng dưng đối với ngôn ngữ của đất nước anh ấy đang ở là khá cao.
- Vốn tiếng Anh của phần lớn gái Việt chưa đủ để giao tiếp một cách có ý nghĩa với một người bản ngữ tiếng Anh hay một người phương Tây khác nói tiếng Anh gần như tiếng mẹ đẻ.

Thế nhưng, bất chấp tình trạng thứ ba này, không ít cô gái Việt vẫn mơ ước được quen, yêu, thậm chí cưới trai Tây.

Ước mơ của họ dường như xuất phát từ một thực tế

ngày càng phổ biến ở Hà Nội và Thành phố Hồ Chí Minh: đàn ông phương Tây kết đôi với gái Việt mà các cô gái này rõ ràng không rành tiếng Anh.

Nếu quan sát kỹ, ta sẽ thấy hầu như cô gái có vẻ ngượng nghịu còn chàng trai lại quá buồn chán hay bứt rứt.

Nếu suy nghĩ tỉnh táo về quan hệ tình yêu kiểu này thì bạn sẽ nhận ra ngay - mặc dù một số mối quan hệ giữa hai người không chung một ngôn ngữ có thể dựa trên "ngôn ngữ trực giác" bao gồm cả ánh nhìn, nụ cười, cau mày và cử chỉ, nhưng một số khá lớn khác có kết cục phũ phàng - trong phòng khách sạn.

♥

Rõ ràng là người Việt Nam gặp khá nhiều trục trặc khi học tiếng Anh rồi dùng ngôn ngữ này để giao tiếp với người khác. Chúng ta hãy xem xét vài khía cạnh của vấn đề này trước khi quay lại đề tài chính: những điều tốt đẹp có thể xảy ra khi bạn dùng tiếng Anh giao tiếp với một chàng trai Tây ở Việt Nam.

Vấn đề thứ nhất là người Việt thường tỏ ra mình rành tiếng Anh hơn so với thực tế. Sự thật là có nhiều người Việt có khả năng nói tiếng Anh kém nhưng vì muốn gây ấn tượng với những người Việt khác nói tiếng Anh kém hơn mình nên họ thường đệm các từ tiếng Anh vào câu nói. Chẳng hạn, họ học MBA chứ không phải quản trị kinh doanh. Họ kết bạn ồ ạt với người bản ngữ trên facebook. Họ học gạo lời bài hát tiếng Anh (và gào lên dữ dội trên đường). Bạn suy nghĩ lại xem - những mánh này có gây ấn tượng với một người nước ngoài hay không? Lời khuyên đầu tiên của chương này: đừng giả bộ như mình rất thông thạo tiếng Anh. Hãy thành thật với chính mình về trình độ tiếng Anh của mình. Nếu nó chưa đủ để tán gẫu với một trai Tây thì bạn hãy bắt tay vào việc học ngay.

Thứ đến là phương pháp học tiếng Anh của người Việt. Học sinh Việt Nam thường được giáo viên khuyến khích hiểu bài thông qua việc tra từ điển và vận dụng các quy tắc ngữ pháp. Kết quả là nếu họ lâm vào tình trạng chỉ hiểu sơ sơ những gì một người bản ngữ nói - tức là Ở TÌNH TRẠNG HOÀN TOÀN BÌNH THƯỜNG KHI ĐANG HỌC MỘT NGÔN NGỮ THỰC TẾ - thì họ sẽ thấy hết sức khó chịu. Lời khuyên thứ hai: không bắt buộc lúc nào bạn cũng phải hiểu được 100% câu nói của người bản ngữ. Thật ra, một chút thiếu sót trong giao tiếp cũng có những mặt tích cực riêng. Một chút nhầm lẫn khi trò chuyện cũng có thể gợi cảm hơn việc hiểu hết những gì đối tượng hẹn hò nói. Chỉ có khi bạn HOÀN TOÀN KHÔNG HIỂU thì mọi việc mới trở nên khó chịu.

Vấn đề thứ ba là kể cả khi bạn có vốn tiếng Anh tương đối tốt, bạn vẫn phải thích nghi với những đặc trưng của phong cách nói và cách phát âm khác nhau. Người Mỹ nói to và nói huyên thuyên. Người Anh có cái gọi là "khiếu hài hước gượng gạo"- nó cũng có thể rất khó hiểu đối với những người bản ngữ khác. Người Úc nói tiếng Anh như thể họ đang say xỉn. Người Pháp nói tiếng Anh như thể họ bị đồng tính... Đây là một trong những điểm thú vị khi được gặp và nói chuyện với người nước ngoài. Như đã nói ở trên: bạn cứ chấp nhận sự mơ hồ.

Cuối cùng, nhưng không kém phần quan trọng, là người Việt rụt rè trong việc hỏi lại những gì họ chưa hiểu -chắc cũng là hậu quả của cách giảng dạy hồi trung học. Họ sợ mất mặt, sợ bị coi là ngốc. Nhưng hãy nghĩ lại xem, bạn đi hẹn hò với trai Tây và có chuyện quan trọng bạn rõ ràng không hiểu mà không dám hỏi lại thì khả năng bạn bị coi là ngốc còn cao hơn nhiều. Lời khuyên cuối cùng: đối với người phương Tây, việc hỏi lại những gì mình chưa hiểu là chuyện bình thường. Thực ra không có chuyện "mất mặt" ở đây, mà việc này có thể giúp bạn "lấy lại mặt": vẻ mặt quyến rũ của một phụ nữ Á châu khác thường - vừa hiếu kỳ vừa nhanh nhẹn không ngại hỏi lại trai Tây về nhiều thứ...

♥

Giả sử bạn nói tiếng Anh cũng khá rành (thí dụ thuộc vào số 23-24% có trình độ khá nói trên) thì bạn hãy tận hưởng niềm vui, sự thú vị và mới lạ khi làm quen với trai Tây.

Về cơ bản, vốn tiếng Anh của bạn sẽ giúp bạn tìm hiểu anh ấy rõ - không chỉ suy đoán thông qua các cử chỉ bên ngoài. Khi hẹn hò với trai Tây, bạn không nên chỉ hỏi về từ ngữ mà bạn chưa biết, bạn nên tranh thủ đặt câu hỏi sẽ cho bạn hiểu ANH ẤY LÀ AI? Đa số trai Tây thích được hỏi thoải mái. Đó là vì đa số họ tự thấy việc này VÔ CÙNG THÚ VỊ.

Cũng có thể vì nhiều khi họ đã chán ghét việc hẹn hò với các cô gái Tây thường dùng người đối thoại làm thính giả chứ không bao giờ đặt câu hỏi cho họ cả.

Với vốn tiếng Anh kha khá thì bạn cũng sẽ nhìn ra những mặt trái của anh ấy rõ hơn. Anh ấy có ba hoa thiên địa không? Có cái nhìn quá thô bỉ hay yếm thế không? Bạn không đọc được những trạng thái anh ấy viết trên facebook thì bạn cũng chẳng bao giờ biết được điều đó.

Vì vậy, lợi ích chính của trình độ tiếng Anh cao là nó mở ra khả năng giao tiếp thoải mái với anh ấy. Bạn hãy lưu ý - nghệ thuật giao tiếp là phần quan trọng nhất trong văn hóa hẹn hò phương Tây - ít nhất là đối với những trai Tây có tâm hồn giữ lửa cho sự lãng mạn.

Nghệ thuật giao tiếp quan trọng đến độ nó là chủ đề chương sau của cuốn sách này.

Nhưng chúng ta đã đề cập tới một từ khóa liên quan rồi - đó là tâm hồn. Nếu không nói chuyện một cách dễ dàng, hiểu và diễn đạt trọn ý thì làm sao bạn có thể biết được tâm hồn của anh ấy? Làm sao biết mục đích của anh ấy khi quen biết bạn là gì? Liệu mối quan hệ bạn sắp cam kết có phải với một gã đàn ông chưa chín chắn đến Việt Nam chỉ để kiếm một ôsin cao cấp, sẵn sàng thỏa mãn dục vọng của anh ta?

Lý do bạn nên bắt tay vào việc học tiếng Anh không chỉ để hiểu hết những chuyện nhỏ nhặt như anh ấy muốn hẹn bạn ở quán nào, mà còn để bảo đảm rằng bạn sẽ hiểu bản chất sâu thẳm trong tâm hồn anh ấy. (Có ai ngờ rằng chiến lược trong tình yêu có ẩn ý sâu xa đến vậy?!)

Ngoài ra, việc trò chuyện bằng tiếng Anh với những người bạn của anh ấy cũng rất quan trọng. Hẳn chàng trai Tây sẽ rất muốn bạn hòa nhập vào cuộc sống riêng cùng các mối quan hệ của anh ấy. Bạn bè anh ấy chào đón bạn là một tín hiệu tốt. Mấu chốt một lần nữa là - bạn phải biết nói tiếng Anh thành thạo.

Đối với những phụ nữ mà họ thật sự yêu mến, trai Tây ít khi đối xử như trai Việt: họ sẽ không coi bạn như những chiến lợi phẩm để mang đi khoe mẽ khi tham dự các sự kiện xã hội. Bạn chắc đã từng gặp không ít cảnh các chàng trai Việt đưa bạn gái đi gặp bạn bè: các cô gái ngồi cạnh người yêu, lâu lâu thì thầm vào tai anh ta nhưng hầu hết thời gian chỉ ngồi im và nghịch điện thoại - nhìn họ xinh đẹp nhưng hoàn toàn thụ động.

Khi tham dự buổi tiệc expat cùng với người yêu Tây phương, bạn cứ dùng điện thoại để lâu lâu tra từ điển. Nhưng đừng bám theo anh ấy cả buổi tối. Thay vào đó, bạn hãy phân chia thời gian giữa anh ấy và việc thích ứng với xã hội xung quanh - hãy dùng vốn tiếng Anh của bạn để bắt chuyện với các bạn của anh ấy, thậm chí kết bạn mới.

Một cô gái Việt biết dùng tiếng Anh để nói chuyện với bạn bè của người yêu mình rõ ràng có khí chất độc lập và tự chủ. Đây là hai yếu tố có sức thu hút trai Tây nhiều nhất. Dù nói ra hay không thì anh ấy cũng sẽ coi trọng bạn vì kỹ năng xã hội lẫn kỹ năng ngôn ngữ. Bạn hãy thử nghĩ xem, anh ấy chắc hẳn sẽ không bao giờ rành tiếng Việt đến mức đó đâu!

Chương 4

Nói chuyện

Việc nói chuyện với trai Tây khác hẳn việc nói chuyện với trai Ta. Điều ấy là chắc chắn.

Việc nói chuyện với trai Ta dễ hơn về một số mặt, đặc biệt là vì ngôn ngữ được sử dụng là tiếng Việt.

Vấn đề rõ ràng không phải ở chỗ bạn không có từ ngữ để nói mà là ở chỗ bạn đôi khi không có chuyện để nói.

Hãy chấp nhận một sự thật là trai Ta không thích nói chuyện như gái Ta. Hình như nhiều người trong số họ chỉ thích bắn súng trên mạng. Những ai năng động hơn thì thích bóng đá. (Những ai không thích tự động thì thích xe máy.) Dĩ nhiên, họ cũng thích nói chuyện về game và bóng đá với bạn bè. Nhưng để tôi đoán xem - ĐẾN CHẾT bạn vẫn không thể nghĩ ra được điều gì để bàn luận về những vấn đề của đội *Li-vơ-phun* hay *Ác-xen-nơ* cả.

Khi nói đến âm nhạc - có lẽ họ sẽ nói về bộ sưu tập itunes của họ với bạn.

Khi nói đến tiền bạc - có lẽ họ sẽ muốn giải thích việc họ định kiếm một triệu đô-la đầu tiên như thế nào. (Những thứ mang tính khá lý thuyết.)

Khi nói đến keo xịt tóc - hiển nhiên họ dùng đến nó một cách thoải mái - nhưng bạn gần như không thể bắt chuyện với họ về việc chăm sóc ngoại hình. (Trừ khi họ đồng tính...)

Như vậy thì chẳng còn gì nhiều để nói ngoài công việc hằng ngày, lịch sử hẹn hò, gia đình (hiển nhiên), đùa cợt bằng tiếng Việt. Nếu nói về những chủ đề này thì tốt hơn là không nói, chỉ ngồi đối diện nhau rồi nhìn chằm chằm vào chiếc điện thoại của mình. Nhưng chẳng có gì được coi là thú vị hay lãng mạn.

Giờ hãy nói về trai Tây.

Dĩ nhiên là họ có nhiều phong cách nói chuyện khác

nhau, tùy người và tùy quốc tịch. Trai Pháp và trai Ý là những người có bộ ngôn từ ngọt ngào, dễ nghe. Trai Mỹ nói to và nói hàng giờ liền, đôi khi chỉ về chuyện riêng của họ. Còn trai Úc nói như say xỉn, ngay cả khi hoàn toàn tỉnh táo. Trai Scandinavia có những khoảng lặng dài, thỉnh thoảng là giữa câu - nhưng họ bù lại sự thiếu lưu loát bằng óc hài hước châm biếm đen tối.

Ngoài những phong cách nói chuyện khác nhau ra, trai Tây cũng có nhiều chủ đề khác nhau mà họ thích nói. Trai Tây thích nói chuyện về đủ thứ. Với nhiều trai Tây, bạn có thể nói thoải mái về bất cứ điều gì trên thế giới này - theo nghĩa đen. Vì khác với phần lớn trai Ta, nhiều trai Tây thực sự đã đi đến nhiều nơi trên thế giới.

Không ít trai Ta thường chỉ có ý kiến nhất thời. Họ chỉ biết khẳng định với giọng cộc cằn. Trong khi đó, trai Tây rất tinh tế với cái gọi là NHÂN SINH QUAN. (Xem chương 2 ở trên: Ý Kiến.)

Khi xem xong một bộ phim cùng trai Tây, bạn sẽ được thoải mái bày tỏ ý kiến của mình về những điểm mạnh, điểm yếu, về cách diễn xuất hay kịch bản phim.

Khi đi ăn cùng anh ấy, bạn cũng có thể bày tỏ ý kiến. Đầu tiên là về đồ ăn, thứ đến là không khí, cách phục vụ hoặc so sánh với các quán khác bạn đã từng đến. Khi ăn ở quán ăn Việt, bạn có thể nói chuyện với anh ấy về các món ăn Việt anh ấy đã từng ăn thử. Ở quán bán đồ ăn Tây, bạn lại làm điều ngược lại.

Về chủ đề của cuộc nói chuyện, trai Tây tinh tế sẵn sàng nói chuyện về những đề tài mà ở Việt Nam gần như chỉ có phụ nữ và đàn ông đồng tính bàn đến. Nó có thể là về những hành vi, mong muốn và động cơ của con người. Bạn sẽ có cơ hội làm nhà tâm lý học nghiệp dư, bắt đầu với những câu chuyện lặt vặt và từ đó phát triển sâu hơn. Nó cũng có thể là cách ăn mặc, làm tóc, hay chăm sóc ngoại hình. Nếu bạn may mắn thì đối tượng hẹn hò có thể có khả năng mở rộng những chủ đề mà bạn chỉ nói được với các bạn gái. Đàn ông Tây có đẳng cấp thích nói chuyện về thẩm mỹ nói chung - không chỉ về phụ kiện thời trang mà còn về cách đi đứng, ăn nói, cách thiết kế và trang trí con đường hay nhà cửa sao cho đẹp.

Có lẽ bạn sẽ có cảm giác bất cứ điều gì bạn cũng có thể nói với trai Tây - theo chiều hướng tiêu cực. Bạn hẹn hò với trai Tây thì điều chắc chắn là anh ấy sẽ nói về bản thân khá nhiều. (Bạn sẽ chẳng đào đâu ra một chàng trai Tây tránh nói về đề tài hấp dẫn này quá 10 phút.) Nhưng bạn nên phản ứng thế nào nếu anh ấy có màn dạo đầu về bản thân rất khó nghe? Lần đầu tiên hẹn hò, bạn có thực sự muốn nghe anh ấy kể chi tiết về những cô bồ cũ của anh ấy không? Liệu bạn có muốn nghe anh ấy kể lể về sở thích trong chuyện làm tình? Hay bị hỏi về sở thích giường chiếu của bạn? Rõ ràng là nếu anh ấy nói hay hỏi về những chuyện đó thì có lẽ bạn đang hẹn với một trai Tây thuộc số đông tầm thường.

Lịch sử tình trường là đề tài thông thường mà hai người trưởng thành ở phương Tây lẫn Việt Nam có thể nói đến. Ở phương Tây, việc nói về quá khứ yêu đương có vẻ để chứng minh rằng người nói có khả năng suy nghĩ kỹ càng và chín chắn. (Và chứng minh thêm một điều nữa là người nói đã có mối quan hệ lành mạnh với một người khác phái ít nhất một lần trong đời.) Nhưng thực ra, trai Tây nên biết rõ một điều là con gái Việt hơi ngần ngại khi nói về chuyện riêng tư của đời mình, đặc biệt là với người đàn ông mới gặp gỡ lần đầu tiên.

Lời khuyên: Đừng quá dễ dãi với trai Tây ở điểm này. Nếu anh ấy lái sang chuyện riêng quá sớm thì nên trừ đi vài điểm. Lời khuyên thứ hai: Nếu trong lần đầu tiên hẹn hò mà anh ấy nói thẳng về chuyện gái gú thì kết thúc cuộc hẹn hò sớm rồi không trả lời tin nhắn của anh ấy nữa.

Vậy bạn phải làm gì khi buổi nói chuyện có xu hướng nghiêng về những chủ đề mà bạn cảm thấy không thoải mái? Câu trả lời là: phải dùng mẹo khôn khéo nhất (và phương Tây nhất): phải dùng irony - tức là nghệ thuật nói hàm ý.

Anh ấy muốn kể cho bạn nghe về mối tình dang dở hồi đại học liên quan đến mối quan hệ phức tạp với mẹ anh ấy như thế nào thì bạn cứ nói với giọng rắn rỏi "Too much information!" ("Anh đi quá xa rồi")

Nếu việc hỏi về chuyện tế nhị đang đi theo chiều hướng quá nhanh thì hãy nói "Next question!" (Câu hỏi tiếp theo!)

"Irony" - tức là nghệ thuật nói hàm ý vừa khôn khéo vừa hài hước - là một yếu tố rất quan trọng đối với phần lớn những người phương Tây mà bạn sẽ tiếp xúc. Quan trọng đến mức một nhà văn nổi tiếng từng khẳng định rằng irony là CÁCH THỨC HIỆN ĐẠI NÓI CHUNG (tức cách thức hiện đại của người phương Tây). Điều này liên quan đến mục tiêu của chúng ta thế này: dùng giọng nói hơi kịch tính hay "bóp méo" lời mình bằng cách dùng một số từ ngữ mang ẩn ý sâu xa là việc cốt lõi khi nói chuyện với trai Tây. Trai Tây chọc ghẹo, nói móc hay mỉa mai người khác (hay tự mỉa mai mình) không chỉ là việc thỉnh thoảng hay tình cờ. Irony không chỉ là phong cách nói mà là phong cách làm việc và suy nghĩ nói chung. Nói thẳng ra, nó là lối sống.

Khi nghe trai Tây nói chuyện, bạn hãy để ý đến giọng nói mà nó biểu lộ việc anh ấy không quá nghiêm túc về những gì đang nói. Anh ấy đang nói một cách

FACETIOUS (khôi hài) đấy! Đó là một phần của thủ thuật giao tiếp phổ biến của người phương Tây.

Thứ đến bạn hãy để ý đến cách dùng lời khen sáo rỗng bậc nhất để biểu lộ cho thấy anh ấy cảm thấy điều gì đó là ngu ngốc hay vô duyên. Irony còn có một cô em gái nữa là “SARCASM” (nói chế nhạo) - nghệ thuật nói TRÁI VỚI những gì mình muốn nói là thủ thuật thứ hai của anh ta.

Bạn cũng hãy để ý đến khoảnh khắc buồn cười khi bạn đến buổi hẹn, rồi anh ta nhìn tóc bạn và nói: “Tối nay em làm tóc cũng được đó”. Chị irony có em gái thứ ba là UNDERSTATEMENT - nghệ thuật nói ra ÍT HƠN điều mình muốn nói và là thủ thuật tiếp theo của anh ta. (Trong trường hợp này bạn đoán ra được anh ta đang RẤT THÍCH kiểu tóc của bạn.)

Hãy suy nghĩ về điều này dưới góc nhìn của người Việt. (Góc nhìn của người Việt được tóm tắt lại bởi Dâu Tây một lần nữa).

Dường như, một trong số những bản năng đầu tiên của người Việt là nói về những thứ xung quanh một cách ngẫu nhiên.

Người Việt rời khỏi nhà lúc 11g trưa một ngày tháng 5 thì bảo ngay là “Nóng thật!”

Người Việt nhìn thấy một người phụ nữ cao 1 mét 75 ở siêu thị sẽ thốt lên là “Cao quá!”

Người Việt thấy Tom Cruise sắp đấm một gã da ngăm đen tóc đuôi ngựa trên màn ảnh rộng thì sẽ nói "Chết rồi!"

Còn người phương Tây thì ngược lại. Bản năng đầu tiên khi phát ngôn, đặc biệt là của giới trẻ, không phải là dùng từ ngữ để diễn đạt những điều họ nhìn thấy ở thế giới xung quanh mà là sàng lọc những gì mắt thấy tai nghe qua lăng kính "irony" để làm thế giới xung quanh thú vị hơn - và người sàng lọc trông cũng thú vị hơn nữa.

Mức độ lạm dụng irony và sarcasm cao nhất dẫn đến tình huống có những nhóm sử dụng irony với các nguyên tắc phức tạp khác nhau mà người ở ngoài nhóm khó có thể hiểu được. Kết quả là những người này bị coi là những kẻ ngu ngốc. Những ai không hiểu được thứ tiếng lóng nhóm mình dùng ở nơi làm việc là kẻ thất bại. Ai không cập nhật được những ứng dụng ưa thích của nhóm là đồ gà mờ. Và ai không biết ban nhạc nào đang "hot", ban nhạc nào không thì bị cả nhóm chọc quê không thương tiếc - ở phương Tây đó là chuyện bình thường.

Một mức độ lạm dụng irony và sarcasm thấp hơn một chút sẽ dẫn đến việc coi thường những người muốn nói một cách trực tiếp. Irony bắt đầu là cách chơi chữ hay cách dùng giọng điệu để làm cho người ta cười. Nhưng sau đó nó trở nên nặng nề, ám chỉ ác ý đối với những người không biết nguyên tắc irony của họ hoặc khiến những người này rơi vào những chiếc bẫy ngôn từ. Hoặc irony có thể biến thành thứ cực kì nhàm chán khi bị lạm dụng để nói bừa bãi về đời sống vô vị của người nói, thay vì diễn đạt một cách thú vị về thế giới xung quanh.

Trong khi nói chuyện với trai Tây, bạn phải làm cho chị irony (và những cô em của chị ấy) phục vụ bạn - không chỉ những lúc cần tự vệ trước các câu hỏi khó xử. Nếu bạn hẹn hò với trai Tây mà thích dùng irony ở mức độ bình thường thì điều bạn phải làm là phân biệt lúc nào anh ấy nói đùa, lúc nào nói thẳng. Bất cứ lúc nào bạn thấy bối rối không biết anh ta đang đùa hay thật thì cứ hỏi: "Are you being ironic? I can't tell sometimes" (Anh đang nói đùa hả? Nhiều khi em không biết.) Cố gắng đặt câu hỏi này với giọng mỉa mai - một chất giọng làm anh ta nghĩ rằng bạn phân biệt RẤT DỄ khi nào anh ấy nói đùa và khi nào anh ấy nói thật.

Nghe quá phức tạp phải không?

Vì nó THẬT SỰ quá phức tạp.

Sự thật là trai Tây hiện đại lạm dụng irony hơi quá nhiều. Tôi đoán là nhiều khi họ còn chẳng TỰ PHÂN BIỆT được mình đang nói thật hay nói với hàm ý.

Nhưng đừng lo. Nếu bạn nói thẳng thắn với một trai Tây thích dùng irony thì anh ta cũng có thể thấy hấp dẫn. Bạn hãy cố gắng hiểu những câu pha trò của anh ấy. Nhưng hãy cao tay ấn hơn. Cố ý đừng dùng irony quá nhiều - đó là mức độ dùng irony cao nhất.

Lấy ví dụ:

Trai Tây: Anh thấy phổi anh ngày càng khỏe ra sau mỗi buổi sáng chạy sau xe buýt số 88.

Bạn: Nhớ mua một cái khẩu trang chất lượng nha anh.

Bạn biết không, bạn đã thắng trai Tây trong cuộc chơi irony mà không dùng irony một chút nào cả.

♥

Chú thích kỹ thuật: bạn muốn thấy trai Tây đổ mồ hôi trong buổi hẹn thì hỏi thẳng về đề tài bạn rất tò mò muốn biết: Từ khi qua Việt Nam, anh ấy đã có trải nghiệm nào với cô gái Việt? Đây là câu hỏi đầy thách thức nhất bạn có thể đặt ra trong khi nói chuyện với một trai Tây ở Việt Nam.

Các đề tài khác cũng có tính thách thức tương đối cao như: sách vở, Phật giáo, chính trị quốc tế, văn hóa Việt Nam. Nếu chúng nghe có vẻ khó thì bạn hãy nói những vấn đề về mặt tâm lý của đồng nghiệp hay bạn học.

Các đề tài có tính thách thức trung bình như: phim ảnh, âm nhạc, Thái Lan, Sapa.

Những chủ đề cơ bản là: ẩm thực Việt Nam, ẩm thực phương Tây, hay các dạng câu hỏi: Anh làm việc ở đâu? Mới đây anh có đi đâu chơi không?

Các chủ đề theo kiểu "em để quên não ở nhà" là: Sở thích của anh là gì? Anh có mấy anh chị em? Anh nặng bao nhiêu ký?

Xin lưu ý: Bạn nên hỏi về các chủ đề theo kiểu "em để quên não ở nhà" với giọng HẾT SỨC MỈA MAI.

Bạn cứ nhớ thực hành ở nhà trước buổi hẹn thì bạn sẽ học được bài học về irony đầu tiên rất nhanh.

Chương 5

Sắc đẹp

Bạn hãy tự hỏi: trong mắt đàn ông Việt sắc đẹp là gì? Đàn ông Việt thích tìm kiếm phụ nữ với ngoại hình như thế nào?

Về cơ bản, câu trả lời là: Một phụ nữ đẹp kiểu Việt phải có: (a) mũi cao (b) chiều cao tương đối (cao hơn 1 mét 63 là tuyệt rồi) (c) mắt to, hai mí (d) làn da trắng mịn (e) thân hình thon thả. Cộng với một số nét đẹp mới mẻ (mà nếu cô người yêu cũng sở hữu thì đàn ông sẽ thấy giống như trúng số độc đắc) – đó là (f) cằm V-line, (g) bộ ngực khủng và (h) vòng ba vĩ đại. (Những nét đẹp mà phụ nữ Việt Nam không phẫu thuật hay độn hiếm khi có).

Đến câu hỏi tiếp theo: trong mắt trai Tây cái gì được coi là đẹp? Trai Tây thích tìm kiếm phụ nữ với ngoại hình như thế nào? Họ có chạy theo vẻ đẹp ngoại hình giống như đàn ông Việt không?

Nếu bạn muốn quen một trai Tây thì đây chắc chắn là những vấn đề khá quan trọng. Đáng tiếc thay đây cũng là vấn đề mà phần lớn phụ nữ Việt Nam không biết. Đa số các cô gái Việt Nam biết là đàn ông phương Tây thích phụ nữ với ngoại hình săn chắc - một cái "body" với đường cơ bắp rõ ràng và làn da hơi rám nắng.

Đa số họ cũng nhận ra rằng trai Tây ở Việt Nam thường quen với những gái Ta không có gì đẹp hay có thể nói là xấu - những cô gái dễ thương có thân hình mũm mĩm, làn da nâu, vóc người thấp bé, gương mặt tròn hay tất cả những đặc điểm đó.

Thật ra thì đàn ông phương Tây hình như chẳng rõ họ muốn gì khi nói đến sắc đẹp nữa.

Nếu cho họ chọn giữa một cô là hoa hậu áo dài với một cô gái quê có nụ cười hiền hòa thì phần lớn họ sẽ chọn cô thứ hai - có đúng không?

Sai rồi.

Đáp án là một số trai Tây sẽ chọn cô mặc áo dài đẹp

với thân hình chuẩn như người mẫu, còn một số khác thì sẽ chọn cô gái quê có nụ cười duyên dáng.

Nhưng điều đó không có nghĩa là trai Tây suy nghĩ không rõ ràng về sắc đẹp nói chung hay vẻ đẹp của phụ nữ Việt Nam nói riêng. Cái chính bạn phải hiểu ở đây là - trai Tây thực sự thích NHIỀU KIỂU ĐẸP KHÁC NHAU. Điều bạn phải hiểu nữa là mỗi chàng trai thích một kiểu. Thậm chí, MỘT chàng cũng có thể thích NHIỀU kiểu đẹp khác nhau.

Vì thế, có nhiều kiểu gương mặt mà một trai Tây có thể say mê, là hiện thân của cả phụ nữ phương Tây lẫn phụ nữ Việt Nam.

Từ gương mặt xinh xắn dễ thương,

đến gương mặt đẹp một cách hơi nam tính,

từ vẻ đẹp "cổ điển",

đến vẻ đẹp "thường thấy",

hay vẻ đẹp lạ, ít người nhận thấy.

Tương tự như vậy, cũng có nhiều dáng người được trai Tây coi là đẹp. Ở Tây lẫn Ta, người phụ nữ với vẻ đẹp "người mẫu" tất nhiên sẽ được nhiều đàn ông ngưỡng mộ. Nhưng trái với ở Việt Nam, ở phương Tây, phụ nữ có vẻ đẹp "quá khổ" cũng có sức hấp dẫn riêng.

Bên cạnh đó, phụ nữ có dáng người hơi thấp với thân hình mũm mĩm,

hay phụ nữ với dáng người nhỏ nhắn, có đường cong rõ ràng hoặc không (rất phổ biến ở Việt Nam) thì trong mắt trai Tây, họ cũng có vẻ đẹp riêng.

Từ góc nhìn của một trai Tây, dĩ nhiên là gái Ta thua gái Tây về vài điểm: chân hơi cong, dáng người hơi gầy, vòng 3 khiêm tốn (không kể đến vải hoa và đồ bộ mà nhiều phụ nữ Việt Nam vẫn khoác lên người).

Nhưng những nhược điểm này có thể được khắc phục bởi làn da khỏe mạnh, mịn màng; mái tóc mượt mà, đen nhánh; đôi môi đầy đặn; đôi mắt to tròn và nụ cười duyên cùng với dáng đi khoan thai khác hẳn dáng đi hơi khom lưng của những phụ nữ Tây phương có thân hình đẫy đà.

Nếu tất cả những điều nói trên là đúng thì tại sao lại có nhiều trai Tây ở Việt Nam thích những cô gái tỉnh lẻ tròn trịa và chỉ có một số ít trai Tây quen những cô gái có dáng người mẫu?

Tôi đoán đó là vì những cô gái có dáng người mẫu càng nhận được sự chú ý từ phía trai Ta thì càng chảnh, còn những cô gái tỉnh lẻ thì bình dị và vui tính - nói chung là "đời" hơn nhiều.

Tóm lại, tất cả những điều nói trên có ý nghĩa thế nào đối với bạn trong việc tìm kiếm một trai Tây cho riêng mình? Câu trả lời rõ ràng là HẾT SỨC TÍCH CỰC.

Tiêu chuẩn đẹp theo kiểu Việt thì khá khó đáp ứng (phần lớn gái Ta không có mũi cao, da trắng như tuyết hay chiều cao 1 mét 69).

Tiêu chuẩn vẻ đẹp nâng cấp thì càng khó đáp ứng hơn nữa – thân hình đồng hồ cát, cặp mông săn chắc có được bằng cách tập gym không ngừng nghỉ, còn bạn muốn có cằm V-line thì phải nhờ đến dao kéo.

Tin vui ở đây là trai Tây rất ít khi để ý đến tiêu chuẩn đẹp theo kiểu Việt. Họ cũng không quan tâm đến những tiêu chuẩn của vẻ đẹp nâng cấp. Thậm chí, phần lớn trai Tây đến Việt Nam chưa bao giờ được nghe nói về những tiêu chí này. Họ không thấy cô này dáng thon gọn có gì đáng tự hào hay cô kia dáng hơi tròn trịa có gì đáng xấu hổ. Đa số họ khi sống lâu dài ở Việt Nam sẽ từ từ phát hiện rằng cô thế này được coi là đẹp, còn cô thế kia bị coi là xấu. Nhưng chỉ một số nhỏ đồng ý hoàn toàn với những tiêu chuẩn Việt. Số đông còn lại kiên quyết đặt ra những tiêu chuẩn của riêng mình. Những tiêu chuẩn này linh động hơn, có độ rộng hơn - theo cả nghĩa đen lẫn nghĩa bóng - so với tiêu chuẩn Việt.

Vì vậy, khi muốn quen trai Tây, bạn không cần phải mặc cảm vì mình không được đẹp - theo tiêu chuẩn Việt Nam - với vóc dáng nhỏ nhắn hay làn da châu Á chẳng hạn.

Có một số điều kỳ lạ cũng như không chịu nổi về trai Tây. (Bạn đã nghe nói về chúng trong lời giới thiệu.) Nhưng điều tuyệt vời về họ là dù bạn thấp bé, da nâu, mũi tẹt đi chăng nữa thì cơ hội để bạn thu hút một trai Tây sẽ không thua bất kỳ kiều nữ chân dài nào.

Chương 6

Trong trắng

Trai Tây có cách nhìn đặc biệt về một số điều. Một trong số đó là thái độ của họ đối với những cô gái "còn trong trắng".

Khi một trai Tây và một cô gái bắt đầu yêu nhau, anh ấy gần như chắc chắn không quan tâm đến chuyện liệu cô gái ấy đã từng "ngủ" với chàng trai nào hay chưa.

Nếu họ tiếp tục yêu nhau một, hai năm nữa rồi tiến đến hôn nhân thì chuyện lấy một cô vợ đã từng "ngủ" với người đàn ông khác cũng không quan trọng.

Có một quan niệm của đàn ông phương Tây rất khác với trai Ta là họ thấy những cô gái "có nhiều kinh nghiệm giường chiếu" HẤP DẪN HƠN con gái còn trinh.

Sao kỳ cục vậy? Đàn ông nào mà lại có quan điểm như thế?

Câu trả lời cũng đơn giản. Đó là vì trai Tây bình thường nghĩ rằng "chuyện ấy" là một chuyện BÌNH THƯỜNG mà đàn ông và đàn bà có thể tận hưởng cùng nhau nếu họ muốn. Thêm vào đó, phần lớn trong số họ nghĩ là họ có thể tận hưởng gấp bội nếu hai bên đều thành thạo.

Nói cách khác: phần lớn trai Tây không coi trọng việc cô gái còn trong trắng hay không vì họ biết chắc là một cuộc tình giữa hai người KHÔNG THÀNH THẠO thì KHÔNG VUI, còn một cuộc tình giữa một chàng trai hiểu sơ sơ với một cô gái chẳng hiểu gì cả chỉ ngắn ngủi và bối rối.

Làm "chuyện ấy" với một cô gái còn trong trắng, chưa có kinh nghiệm gì thì khó xử hay không muốn nói là mệt mỏi. Ngược lại, làm "chuyện ấy" với những phụ nữ muốn cầm lái, dẫn đường thì cuộc chơi sẽ vui hơn nhiều. Trong mắt phần lớn trai Tây việc tận hưởng chuyện ấy cùng với một phụ nữ thật sự không chỉ vui mà còn làm cho cô ấy có vẻ đẹp hơn, hấp dẫn hơn.

Nó hoàn toàn không có nghĩa là trong mắt anh ấy cô ấy là một ả giang hồ.

Có lẽ có một số nhỏ trai Tây thấy việc cướp đi "cái ngàn vàng" của cô gái trẻ là một cách mà gã đàn ông khẳng định được cái tôi của họ - và cái gì làm tăng cảm giác của cái tôi đó thì càng kích thích. Họ chính là những loại trai Tây mà bạn nên tránh xa. Một số người có sở thích riêng là cướp đi sự trinh trắng của những cô gái ngây thơ chưa học đến cấp ba. Họ chính là loại đàn ông nên bỏ tù chứ không nên có mặt trong danh bạ của bạn.

Mặt khác, có một vài trai Tây, thường là người theo đạo Thiên Chúa, tin rằng việc tránh làm "chuyện ấy" với người phụ nữ mình yêu trước khi cưới là dấu hiệu của sự tôn trọng - tức là dấu hiệu của sự tôn trọng mà đàn ông và phụ nữ yêu nhau nghiêm túc sẵn sàng dành cho nhau.

Nhưng tiếc là những trai Tây sợ Chúa này lại là số nhỏ so với những trai Tây đả Chúa.

Những người này tin rằng PHỤ NỮ phải gìn giữ trinh tiết đến ngày cưới để thể hiện sự tôn trọng mà PHỤ NỮ NỢ ĐÀN ÔNG, còn đàn ông được quyền "nghịch ngợm" thoải mái trước khi cưới và gã nào không làm điều đó là đồ ngốc.

Rõ ràng đây là một quan niệm khá phổ biến ở nam giới Việt Nam (phổ biến hơn nam giới phương Tây nhiều).

Quan điểm của người Việt về phụ nữ, tình dục và hôn nhân ngày nay đang thay đổi. Nhưng một số không nhỏ các chàng trai Việt vẫn tin rằng một cô gái tốt phải gìn giữ trinh tiết cho đến ngày cưới. Cô gái nào làm "chuyện ấy" trước khi cưới là người hư hỏng. Họ có quyền xem thường và nghịch ngợm thân xác cô ấy trên giường chứ cô ấy hoàn toàn không đáng được yêu hay cam kết lâu dài.

Và phần lớn phụ nữ Việt cũng có cách nghĩ tương tự. Họ tin rằng phụ nữ tốt phải còn trong trắng đến ngày cưới, rằng cô gái nào "đánh mất" cái ngàn vàng đáng quý trước khi cưới là người không đáng cưới hay đáng khinh.

Không có cách nào diễn đạt những điều này hay hơn bằng những góc tâm sự trên báo mạng Việt Nam. Mỗi tháng, báo chí đăng không ít các tin bài về chuyện những chàng trai Việt tệ bạc "đá" người yêu vì cô ấy lỡ làm mất đi "cái ngàn vàng". Cũng không thiếu những chuyện các cô gái bị "đá" tự cho mình là đứa không ra gì và sợ rằng mình sẽ không bao giờ có được mối quan hệ ổn định nữa.

Câu chuyện (a):

“Tôi vừa đi chơi thể thao về. Mồ hôi nhễ nhại như tắm, cổ họng khô cháy. Tôi cầm chai bia ở trên bàn lên nhưng rồi lại đặt xuống bởi chai bia này đã bị ai đó khui ra trước đó. Lựa chọn duy nhất của tôi là chai bia khác. Tôi đi tới nơi đặt cái mở nắp chai nhưng không thấy. Phải mất một lúc tôi mới tìm ra được cái mở nắp chai.

Sau khi giải khát bằng chai bia nội và đi tắm xong, tôi ngồi tận hưởng cảm giác sảng khoái. Bất chợt lúc này, hình ảnh chai bia đã được khui và chưa khui khiến tôi liên tưởng tới cô bạn gái của mình. So sánh nàng với người yêu cũ, tôi thấy cũng chẳng khác nào chai bia chưa được khui khi đặt cạnh chai bia đã bị mở nắp và uống dở. Tôi đã chủ động chia tay với người yêu cũ vì cô ấy không còn trinh.”

Câu chuyện (b):

“Tôi phải chờ tới bao giờ để thấy được người đàn ông của đời mình, một người đàn ông không tính toán rằng tôi không còn trong trắng. Liệu tôi có nên thay đổi cách sống, giấu giếm chuyện mình không còn trong trắng, tuyệt đối không lên giường với gã mà tôi có cảm tình để cố tỏ ra mình đoan trang và lừa họ vào một cuộc hôn nhân mà tôi chờ đợi để rồi sau đó họ bàng hoàng ngã ngửa như bị lừa? Hay tôi nên tiếp tục yêu bằng bản năng và chờ đợi một người thực sự biết tới hai từ: Tha thứ?"

Và thái độ của người phương Tây hiện đại đối với câu chuyện (a) và (b) là như thế nào?

Đối với phần lớn người phương Tây, đàn ông cho rằng phụ nữ phải còn trinh khi cưới là chuyện bình thường MIỄN LÀ QUAN ĐIỂM CỦA HỌ VỀ "CHỮ TRINH" CÂN XỨNG VỚI LÝ TƯỞNG BÌNH ĐẲNG GIỚI. Đàn ông nào cho rằng phụ nữ phải còn trinh khi cưới PHẢI ĐÁP ỨNG CÙNG CHUNG MỘT TIÊU CHUẨN (tức anh ta cũng là trai tân). Nhưng nếu bạn đời của mình (trai hay gái) đã từng quan hệ thì không sao - và điều đó có lẽ thực tế hơn.

Để tôi tóm tắt lại vấn đề.

Điều thứ nhất: Theo quan điểm của người phương Tây, họ cảm thấy thật kỳ lạ khi khoảng cách giữa thời điểm mà một cô gái dậy thì (khoảng 15 tuổi) và thời điểm họ quan hệ lần đầu (có lẽ khoảng 25 tuổi - khi cô ấy lấy chồng) cách nhau đến 10 năm. Và các chàng trai Tây cũng cảm thấy khó hiểu khi phong tục Việt Nam thường ngầm yêu cầu các cô dâu khi lấy chồng phải còn trinh còn các chú rể thì có bao nhiêu kinh nghiệm cũng được. Điều này có vẻ quá có lợi cho đàn ông.

Điều thứ 2 cần hiểu: Nếu bạn đã đánh mất cái ngàn vàng giữa độ tuổi 15 và bây giờ... thì chàng trai Tây không hề bận tâm đến chuyện đó đâu. Nếu bạn lo rằng trong tương lai bạn buộc phải nói thẳng với một người đàn ông rằng bạn là "một chai bia đã bị khui" thì có vẻ một chàng trai Tây là lựa chọn tốt nhất. Anh ấy không chỉ sẵn sàng tha thứ cho bạn mà còn xem những lầm lỡ bạn từng phạm phải trong quá khứ là chuyện bình thường, không hề là lỗi lầm.

Bài học thứ 3: Bạn muốn quen trai Tây thì phải có cách nghĩ khá thoáng về tình dục. Nhưng chuyện đó không có nghĩa là lần đầu tiên hẹn hò, bạn phải sẵn sàng lên giường hoặc làm thỏa mãn từng mong muốn của người mình yêu bất cứ lúc nào.

Trai Ta và trai Tây có điểm chung là có khi ham muốn tình dục dẫn đến chuyện họ bất chợt đưa ra những đề nghị không hợp lý và hoàn toàn không lãng mạn.

Cho dù trai Tây có cách suy nghĩ phóng khoáng nhưng nếu lần đầu tiên hẹn hò mà anh ta đã tán tỉnh bừa bãi thì ắt hẳn đó là một gã "đểu" đấy. Nó không hề là dấu hiệu của một quan điểm tiến bộ đối với "chuyện ấy" hay là cách phê phán thực tế tư tưởng phong kiến về chữ trinh.

Đôi khi một cô gái Việt hiện đại biết tự trọng phải xử sự y như một trinh nữ theo kiểu truyền thống khi muốn bảo vệ cái ngàn vàng đáng quý của mình.

Cuộc đời của một cô gái hiện đại trên đường đi tìm kiếm tình yêu thật phức tạp phải không?

Chương 7

"Cứu anh với!"

Khi một trai Tây đến Việt Nam, đôi khi có chuyện rất đẹp xảy đến với anh ấy. Anh ấy "phải lòng" Việt Nam. (Trước cả khi anh ấy quen bạn - ai có thể ngờ được!)

Sự thật là có hàng tá lý do để một trai Tây "phải lòng" mà những lí do đó, đôi khi, rất khó hiểu đối với người Việt Nam:

- Những món ăn ngon nhưng lại khá "mạo hiểm" đối với người nước ngoài.

- Cách người Việt Nam tụ tập mua bán, ăn uống, tán gẫu ngày đêm ở ngoài đường, đặc biệt là ở các thành phố.
- Cách người Việt Nam cởi mở, thân thiện, hồn nhiên trong cuộc mưu sinh đầy cực nhọc, đặc biệt là ở miền quê.
- Cảnh núi non bạt ngàn xanh ngát cùng với những bãi biển xanh biếc, rì rào sóng vỗ.
- Cách mà người Việt Nam sống, thái độ lạc quan yêu đời của họ trước thời tiết oi bức và cảnh đông đúc của đô thị - dưới những điều kiện sống mà người phương Tây chưa bao giờ đối đầu và nếu có, đây chắc chắn là "nỗi thách thức" lớn đối với họ.

Trong giai đoạn đầu, thậm chí cả quang cảnh ngổn ngang, bát nháo của cuộc sống thành thị cũng ẩn chứa một nét đẹp của riêng nó.

Quả thật là cái mùi nồng nặc thỉnh thoảng khiến cho anh ấy nôn nao khó chịu. Tiếng ồn đôi lúc làm cho anh ấy nhức đầu. Nhưng cách suy nghĩ của chàng trai Tây đôi khi lại bị thu hút bởi những thứ mà anh ấy từng cho là rất đáng ghét khi ở quê nhà. Đối với anh ấy, sự hôi thối, bát nháo và ồn ào chỉ thể hiện rằng người Việt không cố gắng điều khiển kỹ lưỡng cuộc sống hằng ngày như ở đất nước anh ấy. Việt Nam nhiều rác, nhiều công trình xây dựng, nhiều người la hét hay chửi bới nhưng ít nhất họ không cần "đến hít thở mà cũng phải xin phép".

Cũng trong giai đoạn kì diệu này, nhìn thấy cảnh tượng một người đàn ông Việt đứng "tưới cây" giữa ban ngày, anh ấy mới thấy hết cái gọi là tự do thực sự.

Vì thế mà chàng trai đã "phải lòng" đất nước này chút ít.

Nghĩa là anh chàng chưa thực sự yêu mà chỉ mới có chút thích thích Việt Nam thôi.

Nói đơn giản là anh ấy "bị cảm nắng". Nhưng chưa muốn tiến đến "hẹn hò".

Vì (chao ôi!) sẽ có những điều mà không sớm thì muộn sẽ khiến cho anh ấy phát điên. Bởi chỉ ít lâu sau đó, anh ấy sẽ gặp phải những thứ khiến anh ấy "vỡ mộng": Những con người hoàn toàn không phải là hình ảnh cởi mở, dung dị, đáng yêu, hay giúp đỡ người khác nữa.

Anh ấy gặp phải một số người Việt KHIẾM NHÃ, thậm chí có một số người LUÔN TỎ RA KHIẾM NHÃ.

Tồi tệ hơn nữa - anh ấy gặp phải những người Việt CÀNG NỖ LỰC LỊCH SỰ thì càng gây ấn tượng ngược lại với anh ấy.

Trước khi đến Việt Nam, anh ấy đã nghiên cứu rất kỹ về nơi này. Anh ấy biết rằng, trái với phép lịch sự phương Tây, nhiều người Việt Nam không ngần ngại

hỏi tuổi và thu nhập của người lạ. Giờ đây, anh ấy bị hỏi như vậy hai lần trong vòng một tiếng. Thêm vào đó, vợ chủ nhà trọ cứ hỏi anh ấy mãi việc tại sao đã gần 30 tuổi mà chưa có vợ con.

Rồi mỗi lần anh ấy bước ra khỏi cửa, mọi người - TẤT CẢ MỌI NGƯỜI – nhìn chằm chằm vào như thể anh ấy là kẻ mới từ hành tinh khác đáp xuống.

Mối tình đầu của anh ấy với Việt Nam đã gặp trở ngại đầu tiên.

Nếu việc bị mọi người nhìn chầm chầm hay nhiều chuyện không làm anh ấy khó chịu thì có lẽ việc đi lại trong thành phố sẽ đưa đến cảm giác này. Anh ấy sẽ bị mấy bác xe ôm "chém" đẹp. Anh ấy sẽ gặp rắc rối trong việc làm thủ tục cấp giấy phép lái xe. Hoặc làm xong giấy tờ xe nhưng lại bị cảnh sát giao thông huýt còi và phạt 500.000 đồng vì tội chạy nhầm làn xe.

Hay có lẽ là việc anh ấy gặp rắc rối về mặt hành chính. Anh ấy mất hơn một tháng rưỡi chỉ để xin visa lao động. Anh ấy phải chạy khắp các cơ quan nhà nước mà khi đến được nơi lại thường đúng vào giờ nghỉ trưa hay gặp phải một công chức lầm lì không chịu trả lời những câu hỏi cơ bản của anh ấy. Trai Tây bỗng nhận ra cái đẹp "nên thơ" ở sự vô tổ chức kiểu Việt thì ra cũng có nhược điểm. Theo anh ấy, bộ may hành chính ở đây bắt đầu có vẻ mâu thuẫn, vừa lộn xộn vừa quá nguyên tắc.

Nếu không gặp khó khăn trong việc xin visa thì có lẽ anh ấy sẽ gặp trục trặc trong việc tìm chỗ ở. Anh ấy không kiếm ra được một người chủ nhà nào sẵn sàng đăng ký tạm trú giúp anh ấy. Anh ấy ngạc nhiên thấy rằng cuộc sống hàng ngày ở Việt Nam không hoàn toàn chỉ là quây quần uống bia rẻ tiền hay "tưới cây tự do" mà nó cũng có cái phức tạp vô bổ lẫn sự bức xúc ngẫu nhiên, bức ép hầu hết mọi người phải đối phó với nó.

Những khó khăn mà một chàng trai Tây vừa đến sống ở Việt Nam phải đối mặt ngày càng nhiều. Khó khăn trong việc mua sắm, tìm chỗ đậu xe, rồi đến việc luống cuống không biết cách sử dụng máy photo cùi bắp ở nơi làm việc mới. Đôi giày leo núi anh ấy mang theo thì không sửa được. Loại thuốc lá anh ấy ưa thích thì không mua được. Vv và vv....

Tình trạng của chàng trai Tây đang được nói đến ngày càng tồi tệ. Vì sau vài tháng, thú vui đi chơi với những trai Tây khác cũng nhạt dần. Ăn nhậu lai rai hai, ba lần một tuần trên vỉa hè đường Bùi Viện với mấy anh chàng Tây ba-lô ưa dịch chuyển từ nước này sang nước khác thì quả là tuyệt vời. Nhưng tiếp tục như thế trong sáu tháng thì thật là nhàm chán.

Làm sao anh ấy có thể thực sự thoát khỏi những rắc rối này và dang đôi cánh ra để bay lên?

Đây chính là lúc anh ấy cần sự giúp đỡ từ một cô gái Việt Nam thân thiện và tế nhị. Bởi trong sâu thẳm, anh ấy đang kêu cứu - kêu cứu sự giúp đỡ của chính bạn...

♥

Để mối tình đầu tẻ nhạt qua một bên, cái chính người nước ngoài thấy thích thú ở Việt Nam đơn thuần chỉ là tiền. Họ đến đây với mơ tưởng sẽ được sống trong một thiên đường đầy hàng hóa và dịch vụ rẻ mạt. Sau một thời gian sinh sống, họ mới hụt hẫng nhận ra rằng những mơ tưởng của họ thật xa rời thực tế.

Thật nực cười là khi khách du lịch phương Tây ồ ạt đến Việt Nam với một số tiền tiêu xài khá lớn (tính theo giá trị tiền Việt) thì một số người buôn bán ở Việt Nam lại niềm nở chào mời với ý đồ lừa lấy đi một phần nhỏ trong đó.

Nhiều khi nỗi băn khoăn bị lừa này là nỗi lo của những người đến từ các nước giàu có. Vì vậy, hãy để họ "tự xử". Rõ ràng, ở Việt Nam, có khá nhiều kẻ lừa đảo chuyên nhắm vào con mồi béo bở là những du khách phương Tây. Một trai Tây đến Việt Nam sống phải thích nghi với điều đó thôi. Nhưng nói như vậy không có nghĩa là bạn không nên giúp đỡ chàng trai Tây yêu quý của bạn né những chiêu lừa tệ hại.

Một trong những lý do khiến trai Tây tưởng như rơi vào một "thế giới" toàn kẻ lừa đảo là vì họ không biết trả giá.

Dĩ nhiên là việc du khách luôn luôn phải kì kèo trả giá khi mua sắm là một thách thức lớn - vì nhiều người bán hàng Việt Nam thấy họ có quyền bất khả xâm phạm cơi giá gấp ba lần với khách Tây. Mặt khác, phần lớn người phương Tây vốn ghét việc trả giá. Họ cho rằng khi buôn bán phải nói đúng giá, nói giá quá cao - giống như móc túi người khác – là việc làm của kẻ bất lương. Trong khi người Việt Nam thấy việc trả giá hoàn toàn bình thường, thậm chí còn thể hiện rằng người đó khôn ngoan, thì phần lớn người phương Tây lại thấy điều đó vô cùng xấu xa và đáng khinh.

Nếu hiểu được điều này, điều bạn nên làm là bước tới và giúp anh ta trả giá. Điều này không những cho thấy bạn vừa thân thiện, thích giúp đỡ mà còn cho thấy bạn là người thấu hiểu, táo bạo và thực tế.

Nếu bạn cũng không thạo việc trả giá thì tốt nhất hãy đưa anh ấy đi mua sắm ở siêu thị hoặc những nơi có giá cả nhất định. Hầu hết trai Tây đều cần các loại thiết bị điện tử và phụ kiện thời trang. Phong cách hơn, họ còn muốn mua những bộ quần áo chất lượng, lịch sự chứ không chỉ là áo thun và dép Lào. Nếu bạn giúp anh ấy mua được những thứ này mà không bị chủ tiệm “chém” thì anh ấy sẽ biết ơn bạn sâu sắc.

Việc đi mua sắm cũng là một chuyện khá gợi cảm nếu bạn nhận thức được điều đó. Khi hai người đi dạo phố thì đừng ngại bước vào cửa hàng ưa thích của bạn thử một, hai chiếc váy và khoe khéo trước mặt anh ấy để hỏi ý kiến.

Nói đến chuyện đi lại, tốt nhất bạn nên giới thiệu cho anh ấy một chú xe ôm đàng hoàng, sẵn sàng đón anh ấy tận nhà, không chở anh ấy ra Củ Chi trong khi anh ấy chỉ muốn đi từ đường Đinh Tiên Hoàng đến đường Hai Bà Trưng. Ngoài ra, bạn cũng nên thay mặt anh ấy trả giá với mấy chú xe ôm ngồi túm tụm nhau bên ngoài quán cà phê hai người hẹn nhau. (Bạn muốn tiến xa hơn một chút thì cứ tự chở anh ấy về. Đừng quên dặn trước rằng việc bạn làm "xe ôm" cho anh ta không bao gồm cái "ôm" nào cả.)

Còn nói đến những chuyện lớn hơn, bạn có nhiều cách để thể hiện bạn là người vừa hấp dẫn vừa hay giúp đỡ. Như đã nói ở đầu chương, những chàng trai vượt qua giai đoạn "Tây ba lô" thường gặp phải một vấn đề nan giải đầu tiên là tìm chỗ ở. Không phải vì khả năng tiếng Anh của người môi giới bất động sản Việt Nam kém mà vì phần lớn họ nói rất tào lao.

Chú ý: ở các nước phương Tây, môi giới nhà đất là chủ đề cho nhiều câu chuyện châm biếm. Nhân viên môi giới nhà đất ở Tây nổi tiếng là tự tin, mặc bộ comple lòe loẹt và không thông minh cho lắm. Ngay cả với kì vọng ít ỏi của phần lớn người phương Tây đối với nhân viên địa ốc nói chung thì người môi giới nhà đất ở Việt Nam cũng có vẻ như là một nhóm người khó ưa. Dép Lào và áo polo màu chói chỉ là một khởi đầu cho câu chuyện.

Chỉ cần đi thuê phòng, chàng trai sẽ dễ dàng nhận ra rằng những chiến lược bán hàng và trả giá cũng được áp dụng vào cả trong việc môi giới địa ốc. Tức là người bán có quyền tự do nói dối trắng trợn về sản phẩm của mình. Khi đi thuê nhà, nếu hỏi người môi giới những câu chi tiết như liệu có giấy tờ hợp lệ nào hay không? Có công trình nào gần đó đang xây dựng không?... ta đều nhận được những câu trả lời dối trá. Hậu quả là dù anh chàng đã ký hợp đồng thuê nhà 12 tháng nhưng vẫn phải dọn đi sau một, hai tháng vì chủ nhà cho thuê thì ở nước ngoài, đối diện là một cao ốc sắp được xây dựng - và người môi giới đã thừa biết những điều này.

Không những gặp các vấn đề về tiền bạc, anh ấy còn gặp nhiều rắc rối vì không biết nói tiếng Việt.

Cách giải quyết các vấn đề này cũng dễ dàng. Bạn hãy giúp đỡ anh ấy học tiếng Việt bằng cách... ngồi xuống và dạy tiếng Việt cho anh ấy.

Đúng rồi! Bạn hãy đề nghị anh ấy giúp bạn hoàn thiện tiếng Anh vài tiếng một tuần và làm điều tương tự với vốn tiếng Việt của anh ấy.

Đơn giản hơn là khi hai người gặp nhau, bạn cứ gọi tên tất cả những thứ xung quanh bằng tiếng Việt. Sau đó, bạn bảo anh ấy lặp đi lặp lại cho đúng, giống như khi bạn dạy một đứa trẻ tập nói ấy. Nói chung, hãy nhắc nhở anh ấy - bạn là TỪ ĐIỂN SỐNG về tên gọi của tất cả mọi thứ bằng tiếng Việt.

Còn gì vui hơn việc được học một thứ ngôn ngữ mới trong khi chơi cùng với một người khác phái hấp dẫn. Việc nghe anh ấy đọc sai dấu và mày mò trong mấy cuốn giáo trình Tiếng Việt sơ cấp mới dễ thương làm sao!

Dĩ nhiên là có khá nhiều trai Tây ở Việt Nam sẽ nhanh chóng cảm thấy nản lòng với tiếng Việt hay không màng đến việc học thử chỉ vì tiếng Việt "quá khó".

Nếu anh ấy cũng cảm thấy như vậy, bạn hãy khiến anh ấy tự cảm thấy xấu hổ. Hãy nhắc lại những điều tốt đẹp anh ấy đã bỏ lỡ chỉ vì không biết nói tiếng Việt.

Tiếp đến, bạn hãy hỏi anh ấy rằng việc một người đến sống ở một nước khác mà không nỗ lực học tiếng bản xứ thì liệu có thiếu tôn trọng về khía cạnh văn hóa không?

Bạn không thuyết phục được anh ấy học tiếng Việt bằng cách đưa ra lý do chính đáng hay dỗ ngọt thì việc làm cho anh ấy tự xấu hổ về mặt văn hóa có lẽ hiệu quả hơn hẳn.

Có rất nhiều cách để giúp đỡ chàng trai ưa thích của bạn. Thậm chí giúp đỡ một cách "xỏ lá" cũng chính đáng. Đặc biệt là khi bạn giúp anh ấy học một ngôn ngữ dễ thương có sáu thanh dấu và mười sáu cách xưng tôi...

Chương 8

Tình bạn

Hình như có thứ gì đó thiếu ở văn hóa Việt Nam.

Đó là quan niệm nam và nữ vẫn có thể là bạn nếu họ đã có một mối quan hệ khác.

Khi còn học ở trường, các cô gái Việt thường kết bạn như thế nào? Một là họ sẽ chơi trong một nhóm toàn con gái, có lẽ chỉ với một, hai bạn gái thân nhất. Hai là họ chơi với một hội đủ cả nam và nữ. Trong số đó, chắc chắn sẽ có vài người "thành đôi" với nhau.

Nhóm bạn này sẽ chơi với nhau trong nhiều năm nữa và điều này mang lại những niềm vui và hạnh phúc cho họ. Con trai và con gái học cùng cấp ba thường vẫn tiếp tục làm bạn sau nhiều năm, thậm chí sau nhiều thập niên. Ngay cả sau khi tốt nghiệp cấp ba, họ vẫn tụ họp đi cà-phê, ăn tối, rủ nhau đi phượt hay chụp hình - dường như tình thân giữa họ khi còn học ở trường không hề phai nhạt theo năm tháng. Nhưng có một điều hiếm khi xảy ra, dù khi họ đã tốt nghiệp hay còn ngồi trên ghế nhà trường. Đó là khi có một nam một nữ tách nhóm ra đi riêng. Hai người hẹn nhau riêng thì có nghĩa là họ không còn là bạn bè đơn thuần nữa mà là tình cảm lứa đôi. Bởi nếu không có những tình cảm đặc biệt với nhau thì những buổi đi chơi không bao giờ chỉ có hai người mà các thành viên trong nhóm sẽ cùng tham gia. Đó đơn thuần là luật bất thành văn của "tình bạn nhóm" ở Việt Nam.

Bây giờ là một tình huống khác. Một chàng trai và một cô gái người Việt còn độc thân gặp nhau qua mạng và quyết định hẹn hò. Buổi tối diễn ra suôn sẻ. Họ có nhiều điểm chung, ngoại hình ưa nhìn và ăn mặc hợp thời trang. Rồi họ đồng ý hẹn nhau thêm vài lần nữa.

Giả sử rằng chàng trai rất thích cô gái, anh ấy ngưỡng mộ cả vóc dáng nuột nà lẫn khả năng nói tiếng Nhật như gió của cô ấy. (Cô ấy làm việc cho Honda.)

Và giả sử cô ấy cũng cảm mến anh ấy bởi anh ấy giỏi

giang, tháo vát, tiếng Nhật cũng không tồi. (Anh ấy làm việc cho Yamaha.)

Rõ ràng họ có vẻ tâm đầu ý hợp. Tuy nhiên cô ấy không thích anh ấy đến mức muốn tiến tới một mối quan hệ xa hơn. Nói ngắn gọn là tình cảm thì có nhưng duyên chưa tới. Anh ấy nói chuyện rất hay về ngành xe máy nhưng cô ấy vẫn có thể ngầm hiểu được rằng anh ấy tìm đến cô chỉ vì anh phải cưới gấp. Trái lại, cô ấy không muốn rơi vào "mối quan hệ nguy hiểm" với bất cứ ai chỉ vì mục đích cưới xin mà phải VÌ CHÍNH CÔ ẤY.

Vậy chuyện kế tiếp sẽ ra sao? Hoặc chàng trai sẽ cố dụ dỗ cô gái vào khách sạn, hoặc anh ta sẽ không bao giờ gặp lại cô ấy nữa. Rất hiếm khi họ tiếp tục gặp nhau như những người bạn bình thường chứ chưa nói đến việc hỏi thăm thường xuyên và trở thành bạn tốt. Không phải là không thể nhưng rất hiếm khi xảy ra.

Một tình huống khác nữa. Giả sử bạn là người phụ nữ đã có một mối quan hệ lâu dài như có người yêu hoặc có chồng. Trừ ở những người Việt có tư tưởng tiến bộ bậc nhất, việc có các mối quan hệ gọi là "bạn thân" với người khác phái là điều "cấm kị".

Luật bất thành văn về mối quan hệ nam nữ ở Việt Nam là phụ nữ có chồng hay có người yêu không nên gặp gỡ hoặc nói chuyện riêng tư với người đàn ông khác.

Nếu có thì thường người đó là bạn học cũ hay bạn của chồng/người yêu và sẽ tốt hơn nếu cuộc gặp gỡ có thêm người thứ ba.

Tất nhiên sẽ có một số phụ nữ tuy đã có chồng hoặc người yêu nhưng vẫn có một mối quan hệ "ngoài luồng" gọi là "bồ nhí". Không cần phải nói bạn cũng biết loại "bạn trai" này CHỈ gặp ở khách sạn và dạng "tình bạn" này hoàn toàn khác. Dạng mà tôi sẽ không nói đến trong cuốn sách này...

♥

Tình bạn nam nữ ở Việt Nam thì có giới hạn rõ ràng. Còn ở phương Tây, tình bạn giữa hai người khác phái như thế nào? Điều mà hầu như ai trong chúng ta cũng biết là ở phương Tây, mọi thứ đều tự do, cởi mở hơn. Là một người con gái phương Tây, khi muốn gặp riêng một đồng nghiệp khác giới, bạn sẽ không cần thiết phải giới hạn cuộc hẹn chỉ 47 phút vào giữa trưa ở một quán ăn đông đúc. Không có bất cứ lời dèm pha nào của người xung quanh và hoàn toàn không có giọng nói văng vẳng trong đầu rằng phụ nữ gặp riêng đàn ông không phải chồng hay người yêu mình đang đứng trước con đường xuống ĐỊA NGỤC.

Thật ra, nhiều chàng trai ở phương Tây thấy việc kết bạn với nữ giới còn TỐT HƠN cả với nam giới.

Thứ nhất, một phần không nhỏ nam giới phương Tây cũng thích nói về chủ đề thời trang, sách vở, nghệ thuật hay về con người nói chung và họ biết rằng những đề tài này sẽ khiến họ bị "tẩy chay" khỏi cuộc nói chuyện của những người đàn ông nam tính hơn.

Họ không thích tham gia vào những cuộc đấu tranh mạnh bạo, có phần thô lỗ của những người đàn ông khác nên thích kết bạn và tám chuyện với phụ nữ hơn.

Nhưng cũng có một yếu tố thứ hai. Một số chàng trai Tây nhận ra rằng giữa họ và các bạn gái có một chút sức hút đã được kiềm hãm thôi thúc họ muốn quay lại để có thêm một chút nữa... nhưng KHÔNG QUÁ NHIỀU. Những người này thích kết bạn với đàn ông bình thường. Họ cũng thích kết bạn với phụ nữ hấp dẫn. Họ rất thích các bạn gái hấp dẫn đó thấy họ hấp dẫn nữa. Nhưng họ đủ thông minh và tự chủ để "thử bước tiếp theo".

Bây giờ quay lại Việt Nam. Đặc biệt là trai Tây ở Việt Nam. Cứ cho rằng bạn đang làm quen một trai Tây có suy nghĩ hiện đại. Sau đó, anh ấy rủ bạn đi uống cà phê. Rồi mời bạn thêm ly cocktail vào tuần sau nữa.

Chuyện gì sẽ xảy ra tiếp theo.

Tin xấu trước. Hơn một nửa số trai Tây đến Việt Nam sẽ làm điều mà người đàn ông nào cũng muốn.

Đó là các chàng trai nhích lại gần, sờ chân tay, thở mùi bia vào mặt bạn trong những buổi hẹn.

Sao họ làm thế?

Vì nhiều lý do.

Giống như một số trai Ta, khi hoàn toàn tỉnh táo, một số trai Tây cứ tưởng họ hấp dẫn đến mức không thể cưỡng lại, còn một số khác lại tưởng họ hấp dẫn đến mức không thể cưỡng lại sau khi uống vài lon bia.

Cũng như số đông trai Ta, nhiều trai Tây không giỏi đoán được những tín hiệu thể hiện phụ nữ không thích điều đó, trong khi một số khác có khả năng đọc được tín hiệu nhưng vẫn không tự chủ được bản thân.

Thêm vào đó, một số trai Tây cứ tưởng họ quá hấp dẫn với phụ nữ Việt vì suy nghĩ ngớ ngẩn rằng tất cả các cô gái Việt đều khao khát muốn quen một chàng trai Tây, do hầu hết trai Tây đều CAO TO, DA TRẮNG và GIÀU CÓ. Và vì thế các cô gái sẽ không chần chừ bước vào khách sạn với bất kỳ trai Tây nào hết.

Bạn đã đọc kỹ về trai Tây thuộc số đông tầm thường rồi nên chắc là tôi không cần nhắc đến suy nghĩ ngu xuẩn của những người này nữa.

Tin tốt lành là bạn vẫn có thể kết bạn thoải mái với phần còn lại.

Tất nhiên, viễn cảnh tốt đẹp nhất ở đây (nếu bạn muốn làm quen với trai Tây tốt và lịch lãm) là bạn THỰC SỰ ĐƯỢC LÀM QUEN VỚI TRAI TÂY TỐT VÀ LỊCH LÃM. Tức là thực sự có mối quan hệ nghiêm túc, mãn nguyện và lâu dài với cái kết có hậu là những đứa con lai xinh xắn thông thạo cả hai thứ tiếng.

Còn viễn cảnh tốt đẹp thứ hai là bạn có MỐI QUAN HỆ BẠN BÈ nghiêm túc, hài lòng và lâu dài không kém - một mối quan hệ mà trong đó hai người đều biết có ranh giới giữa tình bạn và "cái gì đó trên mức tình bạn", cũng như tôn trọng giới hạn đó. Trong tình bạn khác giới kiểu phương Tây chẳng ai cần nói đến ranh giới. Cả hai đều biết nó nằm ở đâu. Họ đều biết nó không được vượt qua. Và cả hai đều biết cách "điều tiết một cách linh hoạt" ranh giới này nữa.

Khi nói đến điểm này, tôi muốn bàn đến một từ trong tiếng Pháp: frisson. Theo nghĩa đen, "frisson" là ma sát, chà xát. Còn theo nghĩa bóng thì hai người có frisson có thể ở bên cạnh nhau trong một trạng thái tinh thần thoải mái. Nói cách khác, ở giữa bạn và anh chàng ấy có một ranh giới, hai người đều đứng bên kia ranh giới mới có frisson với nhau: một cái gì đó được xem là ẩn số X.

Được rồi, giờ chúng ta hãy tạm quên chuyện frisson và những ẩn số X đi. Có nhiều lý do thực tế hơn có thể khiến cho việc kết bạn với trai Tây là một điều

tuyệt vời. Có lẽ trai Tây biết lắng nghe hay có cách nói chuyện lôi cuốn. Có lẽ anh ấy thích khám phá về bạn hay khám phá về Việt Nam. Có lẽ anh ấy sẽ giải thích rất cặn kẽ về tất cả những gì bạn nghe nói về phương Tây mà chưa được hiểu rõ ngọn nguồn của chúng. Hoặc anh ấy biết đưa ra những lời khuyên thẳng thắn về cách xử sự giữa người với người trong cuộc sống, điều mà bạn sẽ không bao giờ học được từ các bạn gái. (Điều mà trai Ta không bao giờ nghĩ đến.)

Hơn nữa, anh ấy có thể sẽ trở thành "ông mai" để giúp bạn quen được một chàng trai Tây khác.

Nếu bản chất của anh ấy là người tốt thì hầu như bạn bè của anh ấy cũng vậy. Thế nên, thay vì cặm cụi kiếm cho ra một chàng trai Tây đàng hoàng giữa "rừng trai Tây" ở Đường Bùi Viện hay Ngã Tư Quốc Tế thì bạn có thể nhờ anh ấy làm mối cho bạn.

Đừng quên - bạn không được phép yêu chàng Tây thân thiện và lịch sự này. Nếu cảm nắng trước anh ấy, bạn sẽ vi phạm quy luật ranh giới.

Nghĩa là bạn đã vượt qua ranh giới một cách vụng về trong khi anh ấy vẫn còn ở bên kia ranh giới và đang nhảy điệu frisson của mình.

Điểm chính ở đây là quy luật ranh giới. Luật này quy định: giữa bạn bè "không ai yêu ai". Ở ranh giới này, hai người không phải "in love" mà là "in like". Tức là bạn "in like" với anh ấy và anh ấy "in like" với bạn.

Đây là một trong những ưu điểm chính khi kết bạn với trai Tây.

Cộng thêm việc được giới thiệu với các bạn đẹp trai nhất của anh ấy...

Chương 9

Hẹn hò

♥ Tại sao trai Tây hẹn hò với gái Ta?

Khi trai Tây quen với gái Ta thì việc nảy sinh hiểu lầm giữa hai bên là điều hiển nhiên.

Nhưng có lẽ sự hiểu lầm lớn nhất xoay quanh câu hỏi - tại sao trai Tây hẹn hò với gái Ta? Tại sao ngay từ đầu anh ấy đã rủ mình đi ăn tối?

Lớn lên ở Việt Nam và trước đây chỉ được rủ đi ăn tối bởi trai Việt, gái Việt trăm cô như một đều có xu hướng tự cho rằng tất cả đàn ông trên thế giới này rủ phụ nữ đi ăn tối với cùng một lý do như trai Việt. Đó là vì họ ĐÃ BỊ CẢM NẮNG RỒI. Trong khi đó, trai Tây có xu hướng cho rằng lý do chính mà chàng trai hẹn hò với cô gái là để xem họ có thích đối phương hay không. Nói cách khác, họ rủ cô gái đi ăn tối để có cơ hội tìm hiểu nhau, để coi thử liệu hai người có điểm chung nào hay không (hay những điểm khác biệt không kém phần hấp dẫn).

Bài học thứ nhất là thế này: Nếu trai Tây mời bạn ăn tối, đừng cho rằng đó là vì anh ấy đã leo được nửa đường của ngọn núi tình yêu và muốn dừng lại để xem bạn có muốn đi cùng nửa đoạn đường còn lại hay không. Thay vào đó bạn cứ cho rằng anh ấy chỉ thấy bạn có một chút hấp dẫn nhưng lại HOÀN TOÀN KHÔNG BIẾT là liệu anh ấy có thích bạn hay không.

Tại sao anh ấy hẹn hò với bạn?

Chủ yếu để trả lời câu hỏi liệu anh ấy có thể thích bạn hay không.

Và anh ấy cho rằng bạn cũng đang làm điều tương tự.

Vì lý do đầu tiên của việc hẹn hò là để tìm hiểu về cô gái nên khả năng anh ấy hẹn hò với nhiều cô gái khác trong giai đoạn đầu là khá lớn.

Chuyện này không có nghĩa anh ấy là kẻ đào hoa hay nhất thiết thuộc đám đông tầm thường chúng ta nói đến trong phần giới thiệu.

Nó đơn giản chỉ là quan niệm vốn có của anh ấy về việc hẹn hò.

Bài học thứ hai là thế này. Nếu bạn không đáp lại sự chú ý của anh ấy thì có lẽ anh ấy sẽ không có hứng thú tìm hiểu về bạn, mặc dù thực ra có RẤT NHIỀU CHUYỆN THÚ VỊ để tìm hiểu. Hãy lưu ý rằng bạn muốn "đáp lại sự chú ý" thì phải đi xa hơn nụ cười dịu dàng hay những câu tiếng Anh bạn đã học thuộc lòng. Bạn muốn hẹn hò với trai Tây thì phải chủ động - phải làm lộ ra những điều ĐÁNG TÌM HIỂU về bạn chứ không thụ động đánh giá mức độ tình cảm của anh ấy hay đợi anh ấy chinh phục trái tim bạn.

Bài học thứ ba. Anh ấy có quyền mong đợi bạn chủ động thì bạn cũng có quyền mong đợi anh ấy chủ động không kém. Anh ấy phải nỗ lực tìm hiểu bản chất phức tạp của một cô gái Việt chứ không chỉ chờ sự quyến rũ phương Tây mập mờ gây ấn tượng với bạn.

Nếu bạn thấy bất cứ dấu hiệu nào của thái độ tự mãn đó thì anh ấy chắc là không đáng tìm hiểu.

♥ Có nên uống rượu trong buổi hẹn không? Nếu có thì bao nhiêu?

Quan điểm của đàn ông Việt về việc phụ nữ uống rượu khá mâu thuẫn. Tư tưởng cổ hủ có sẵn trong tâm trí họ cho rằng phụ nữ không uống rượu mới là nết na còn phụ nữ nào uống rượu là hư hỏng. Thế nhưng tư tưởng thích nhậu nhẹt lại nói điều ngược lại: phụ nữ phải được khuyến khích uống rượu vì phụ nữ càng uống nhiều thì càng... dễ để cho đàn ông âu yếm. May mắn là ở Tây phương người ta có cách suy nghĩ cân bằng hơn. Quan điểm phổ biến là phụ nữ muốn uống bao nhiêu là tùy họ. (Nhưng cẩn thận đấy các bạn: trai Tây càng uống say thì càng trở lại với quan điểm của đàn ông Việt thích nhậu nhẹt.)

Nói tóm lại - trong các tình huống hẹn hò với trai Tây tinh tế, cách bạn giải quyết vấn đề uống rượu là tùy bạn.

Bạn muốn nhâm nhi từ từ một ly duy nhất trong cả buổi tối thì cứ tự nhiên.

Bạn muốn uống cùng anh ấy hai, ba ly rồi ngưng thì cũng chẳng sao.

Anh ấy kêu một chai rượu vang và uống gần hết trong vòng nửa tiếng, sau đó anh ấy muốn kêu thêm thì bạn cứ nói bạn không uống nữa.

Anh ấy uống hết chai thứ hai rồi bắt đầu kể chi tiết về việc thích dùng dây thừng và băng keo để thực hiện trong phòng ngủ thì... cứ đi về và cắt đứt liên lạc luôn.

Và nếu bạn thuộc dạng cô gái Việt không uống rượu vì theo đạo Phật hay không thích cảm giác lâng lâng hay vì bất cứ lý do nào khác thì cứ từ chối. Như vậy bạn chắc đã làm đảo lộn một nguyên tắc cơ bản của anh ấy. Anh ấy cho rằng việc uống rượu có hai tác dụng tích cực lớn: nó làm cuộc sống xã hội vui hơn và cuộc hẹn hò ít đáng sợ hơn. Đừng để điều này làm ảnh hưởng đến quyết định của bạn. Anh ấy không đến Việt Nam để trải nghiệm những cách nhìn cũ về cuộc sống. Dù sao đi nữa quyền tự do uống rượu, nếu nó thực sự là TỰ DO, phải bao hàm cả quyền không uống. (Đây là tính chất phức tạp của tự do và bình đẳng mà sau khi đến Việt Nam, trai Tây mới nhận ra được.)

Giả sử bạn hẹn hò với trai Tây và muốn uống vài ly thì kiến thức cơ bản về rượu sẽ là một ưu thế.

Đối với tầng lớp trung lưu phương Tây, việc có những kiến thức cơ bản về rượu được coi là bằng chứng cơ bản về kỹ năng sống. Việc phân biệt được thứ mình đang uống là rượu vang khô hay rượu vang ngọt sẽ giúp bạn ghi điểm ngay trong mắt trai Tây. Phải nói là trong giới trẻ phương Tây, sự hiểu biết về rượu vang ngày càng được thay thế bởi sự hiểu biết về nhiều loại rượu khác nhau. Người hẹn hò với bạn có thể là "chuyên gia" cocktail, bia hay whisky, chứ không phải chỉ là người sành sỏi về rượu vang. Nếu bạn cứ cố tỏ ra hiểu biết về chuyên môn của họ thì hẳn bạn sẽ gặp rắc rối. Vì vậy, nếu sự thật là trong đời bạn chỉ từng uống hai lon Ken với đá ở tiệc cưới của chị họ thì hãy thừa nhận điều đó, đừng giả vờ.

Ở điểm này (và nhiều điểm khác nữa) nguyên tắc của bạn là phải thể hiện mình thích học hỏi, đừng giấu dốt. Hãy để anh ấy kêu giúp bạn một ly vang trắng. Sau đó, bạn hãy hỏi anh về nó. Cố gắng nào! Cứ hỏi anh ấy tại sao anh ấy chọn rượu trắng khô này chứ không phải rượu trắng ngọt kia. Bạn cho anh ấy cơ hội thể hiện những hiểu biết của anh ấy và dùng một loạt tính từ "có cánh" nữa thì đôi bên cùng có lợi. Anh ấy sẽ có cơ hội khoe kiến thức của anh ấy. Còn bạn sẽ được lấp lỗ hổng kiến thức của bạn về rượu vang mà không cần phải xấu hổ VÌ NGƯỜI VIỆT NAM VỐN KHÔNG UỐNG RƯỢU VANG.

♥ Có nên để anh ấy trả tiền không?

Quan hệ nam nữ ở phương Tây - trên vài khía cạnh - đã trở thành vùng chiến sự và câu hỏi "Đàn ông có nên trả tiền trong buổi hẹn?" là một trong những chiến tuyến chính - bạn đã nghe nói chưa?

Thông tin này chưa chính xác lắm. Đó là vì câu hỏi mấu chốt không phải "Đàn ông có nên trả tiền trong buổi hẹn hò không?" mà "Phụ nữ có nên ĐỂ đàn ông trả tiền không?" Nói cách khác - câu hỏi chính là phụ nữ nên suy nghĩ như thế nào về việc đàn ông đề nghị trả tiền trong cuộc hẹn hay trong các tình huống khác? Việc đàn ông trả tiền có phải là cách bình thường để đàn ông thể hiện sự ga lăng? Hay phụ nữ để đàn ông trả tiền sẽ làm hạ thấp giá trị của bản thân? Hay việc đó hạ thấp giá trị của phụ nữ nói chung – câu hỏi của những người đấu tranh cho quyền phụ nữ hiện đại thường là như vậy.

Ở phương Tây, có khá nhiều ý kiến cho rằng những người phụ nữ có lòng tự trọng cao KHÔNG BAO GIỜ nên để cánh đàn ông trả tiền cho mình.

Tuy nhiên có khá nhiều người đàn ông tự trọng cũng cao thấy phụ nữ phương Tây ngày nay hơi "không được bình thường".

Điều đáng nói hơn là có không ít đàn ông phương Tây qua Việt Nam sống vì họ thất vọng với tình yêu và vì họ chán ngấy những cuộc tranh cãi liên quan đến quan hệ nam nữ hình thành trong thế giới phương Tây.

Họ đúng ít nhất về một điểm. Ở Việt Nam thì việc ai trả tiền là một bức tranh khá đơn giản.

Khi hẹn hò, nhiều cô gái Việt trông mong người đàn ông trả tiền. Hơn thế nữa, họ coi việc người đàn ông sẵn sàng và đủ khả năng chi trả là dấu hiệu cơ bản của sự nghiêm túc trên tình trường.

Trong khi đó, một số phụ nữ Việt Nam có quan điểm thực tế hơn. Họ kết luận rằng cả hai người nên chia nhau trả vì cả hai đến cuộc hẹn, cùng uống cocktail hay cùng nhâm nhi sinh tố.

May mắn thay, ở Việt Nam chưa có nhân vật đấu tranh cho nữ quyền nào muốn biến vấn đề hết sức đơn giản này thành một cuộc chiến về nguyên tắc. Vì vậy cuộc hẹn kiểu Việt thường diễn ra tốt đẹp dù cô gái Việt muốn đàn ông trả cho mình hay không.

Vì vậy cách giải quyết vấn đề - ai trả tiền và trả bao nhiêu - lại hoàn toàn tùy thuộc vào bạn.

Nếu bạn cho rằng anh ấy phải trả hết vì việc đó là trách nhiệm của một người đàn ông ga lăng thì cứ để anh ấy trả.

Còn nếu bạn đặt vấn đề đó dưới góc nhìn thực tế và muốn tránh rơi vào tình huống anh ấy thanh toán tất cả thì hãy tự sắp xếp. Khi người chạy bàn mang hóa đơn ra, bạn cầm lấy rồi nói rõ số tiền mà mỗi bên phải trả. Bạn hãy chủ động. Như thế là bạn đã Tây quá rồi đấy!

♥ Bồi bàn, tác phong, vv...

Tác phong cầu kỳ bị coi là hơi lỗi thời ở phương Tây từ những năm 1970, mặc dù ở một số nước phương Tây và một vài tầng lớp nhất định trong xã hội người phương Tây vẫn coi trọng nó.

Nhiều thập niên trước, khi việc đối xử với người khác một cách phóng khoáng đã trở thành mốt, người Mỹ đã mở đường cho phong cách thân mật. Bạn không cần tỏ ra khách sáo trong cách giao tiếp với họ.

Người Úc khá vụng về trong giao tiếp xã hội. Họ thân thiết với đàn ông và phụ nữ như nhau. Người nào tỏ ra quá trịnh trọng sẽ khiến họ thấy sợ.

Hai từ "please" và "thank you" vẫn quan trọng đối với người Anh và người Canada.

Mặc dù tiêu chuẩn trong giao tiếp ngày càng linh hoạt nhưng vài sự khác biệt không nhỏ về mặt tác phong vẫn tồn tại giữa người Việt Nam và người phương Tây. Và sự khác nhau này đặc biệt quan trọng khi hai người hẹn hò nhau. Nhất là khi hai đối tượng hẹn hò là trai Tây và gái Ta.

Một mặt, bạn không muốn anh ấy cảm thấy bạn là người cục mịch, thô lỗ vì không biết gì về tác phong kiểu phương Tây. Mặt khác, bạn chắc là hy vọng anh ấy đã làm quen với phong tục tập quán Việt Nam và có khả năng ứng xử với người Việt xung quanh một cách thích hợp, lịch sự và hiểu biết.

Mẹo thứ nhất: Ở quán ăn, bạn hãy lịch sự với bồi bàn. Hãy nhớ là ở các nước phương Tây, bồi bàn và khách hàng có nhân quyền như nhau. Thậm chí ở một số nước, việc thiếu nhân viên chạy bàn khiến khách hàng phải đối xử với họ như là những vị thánh, người mà bạn phải năn nỉ, họ mới mang ly cà-phê ra cho bạn. Thái độ gần như trái ngược với một số không nhỏ người Việt đối xử với bồi bàn như những người hầu hạ mình, có thể sai bảo một cách tùy ý.

Nói tóm lại, bạn hãy nhớ rằng - thứ nhất: trai Tây có tác phong tốt sẽ nói "please" và "thank you" với người chạy bàn; thứ hai: anh ấy có thể tỏ ra dị ứng nếu bạn cho thấy, qua giọng nói hay cử chỉ, bạn coi người chạy bàn là dân hạ cấp và người khách trả tiền nào cũng có quyền xem thường họ.

Mẹo thứ 2: Hãy hơi QUÁ LỊCH SỰ với anh ấy trong tình huống cốt yếu. Trai Tây có tác phong tốt không chỉ NÓI lời cảm ơn trong nhiều tình huống một người Việt Nam sẽ không nói mà còn muốn NGHE lời cảm ơn trong nhiều tình huống khác. Thí dụ: Trai Tây tặng quà cho bạn, dù nhỏ hay lớn, thì điều gần như chắc chắn là anh ta sẽ muốn nghe hai từ "thank you" và có thể sẽ tỏ ra buồn hay giận nếu không nghe thấy.

Trong viễn cảnh xấu nhất anh ta có thể kết luận rằng bạn là cô công chúa trông mong đàn ông phải quỳ gối dâng đồ cống nạp cho bạn thì bạn mới thèm đối xử tử tế với họ.

Cũng có thể nhận định đó dựa vào một sự hiểu lầm về văn hóa - vì phần lớn người Việt chỉ bày tỏ lòng biết ơn về ân huệ lớn, còn tỏ lòng biết ơn vì một món quà nhỏ thì trông hơi nhỏ nhặt.

Lời khuyên của tôi vẫn là tránh sự hiểu lầm ngay từ đầu - bằng cách làm theo kiểu phương Tây (trong trường hợp này).

Mẹo thứ 3: Đừng ăn ngồm ngoàm hay ngồi chồm hổm trước bàn ăn. Chuyện đó là dĩ nhiên rồi. Tuy nhiên, cung cách ăn uống kiểu dân dã đã ăn sâu vào không ít bạn nên hãy coi chừng!

Nếu có ý định mời anh ấy về nhà để giới thiệu thì có lẽ bạn cần xin bố mẹ bỏ bớt vài thói quen của họ. Khi đến nhà cô người yêu Việt Nam, trai Tây thường kinh ngạc khi thấy bữa ăn thịnh soạn được bày biện ra để tiếp họ. (Là một sự hiếu khách mà họ hiểu và thích ngay.) Nhưng những người càng văn minh sẽ càng sửng sốt nếu mẹ người yêu đối xử với con gái mình như đầy tớ hay như một món tài sản. Nếu mẹ bạn sai bạn lấy cho anh ấy một lon Ken nữa trong khi anh ấy đang uống dở lon đầu tiên thì chuông báo động sẽ bắt đầu vang trong đầu trai Tây. (Nếu lần đầu tiên gặp, mẹ bạn hỏi anh ấy có ý định cưới bạn không thì có khả năng anh ấy sẽ bỏ chạy luôn.)

Những câu hỏi tương tự như thu nhập và tài sản hiện tại cũng sẽ báo động anh ấy. Để tránh điều này, bạn nên giải thích trước cho bố mẹ về những vấn đề tế nhị này. Và dĩ nhiên, bạn cũng nên giải thích trước cho anh ấy về cách giao tiếp theo đúng phong tục của người Việt. Anh ấy cần mua quà loại gì cho bố mẹ, dịp Tết cần lì xì cho ai, học thuộc lòng những câu chúc Tết nào... cứ cho rằng anh ấy sẽ mất vài tuần để làm chủ mấy vấn đề này.

Mẹo thứ 4: Hạn chế tối đa việc sử dụng điện thoại. Trong buổi hẹn, đừng tốn thời gian nhắn tin cho tụi bạn để kể chuyện bạn thấy sướng thế nào khi kêu cappuccino.

Hãy nhớ rằng bạn và trai Tây tuân theo các nguyên tắc bình đẳng. (Xem chương 10: Bình đẳng tiếp theo để biết thêm.) Bạn muốn được sự chú ý từ người đàn ông mà bạn đã chọn để hẹn hò. Bạn biết không - anh ấy cũng vậy. Và anh ấy có thể cảm thấy khó chịu nếu bạn mân mê chiếc điện thoại liên tục.

Tôi không muốn làm vấn đề quá nghiêm trọng. Bạn là BẠN và sự thật là bạn rất thích mân mê chiếc điện thoại. Chụp hai, ba tấm hình, về bạn hay về đồ ăn, là được rồi. Nhưng lưu ý rằng bình thường trai Tây thấy việc cô gái chụp hình selfie nhiều hơi ngốc nghếch. Dù bạn thích hay không, trai Tây với tác phong tốt quan niệm rằng chỗ duy nhất mà phụ nữ có thể thoải mái tự sướng là ở nhà với cửa đã đóng kín...

Nếu bạn không thể ngưng nghịch điện thoại thì ít nhất hãy để anh ấy... cùng nghịch nó. Nhờ anh ấy chụp cho bạn một tấm hình trong bộ quần áo chỉn chu. Hay đưa chuyện nghịch điện thoại lên một tầm cao hơn: chụp hình chung!

Cuối cùng là - hãy đến đúng giờ. Không phải trai Tây nào cũng cứng nhắc như người Thụy Sĩ (đối với họ, việc đến trễ năm phút là trọng tội). Nhưng bạn sẽ hiếm khi gặp trai Tây mà giờ cao su kiểu Việt không làm anh ta sốt ruột.

Nếu bạn đến cuộc hẹn hò trễ hơn 10 phút thì hãy báo anh ấy trước. Nếu bị trễ hơn 20 phút thì hãy bịa ra lý do hợp lí. Và nếu bị trễ hơn 30 PHÚT thì... bạn đừng mong anh ấy tiếp tục ngồi chờ. (Trai Tây nào mà tiếp tục chờ hơn 30 phút thì hoặc anh ta đã yêu bạn rồi hoặc anh ta là loại trai Tây không ra gì. Cũng có thể là cả hai.)

♥ Quy tắc, dấu hiệu, vv...

Quy tắc đầu tiên là không có quy tắc nào cả.

Tình yêu là một điều đầy mâu thuẫn, bất kể mình đang tìm kiếm nó ở Sydney, San Diego hay Sài Gòn. Việc gặp, quen và yêu một người ở đâu cũng có thể phức tạp đến nỗi làm bạn đau khổ hay vô cùng đơn giản đến nỗi làm bạn sung sướng.

Khi nói đến hẹn hò, có mấy dấu hiệu đáng tin cậy ít nhiều sẽ giúp bạn phân biệt những trai Tây đáng làm quen, thậm chí đáng yêu, với những trai Tây mới lớn đến châu Á chỉ vì nghe nói đây là vùng đất lý tưởng để hút thuốc, ăn nhậu và yêu đương với nhiều cô gái mà không cần phải bỏ nhiều công sức.

Khi bạn hẹn hò với trai Tây, đây sẽ là những dấu hiệu giúp bạn nhận ra chàng trai nào nên hay không nên quen:

■ Những dấu hiệu xấu:

- Uống say bí tỉ
- Yêu cầu bạn uống say bí tỉ
- Ăn nói bừa bãi
- Hành vi bừa bãi
- Đến cuộc hẹn hò mặc quần đùi và áo ba lỗ

- Đến cuộc hẹn hò ăn mặc không sạch sẽ
- Đến cuộc hẹn hò trong tình trạng đang say thuốc
- Xỏ hoặc đeo khuyên trên mặt, hay cơ thể có những hình xăm dài
- Bày tỏ những quan điểm chung chung thiếu suy nghĩ về người Việt Nam hay người châu Á nói chung
- Không chỉ không biết dùng đũa mà còn không thèm dùng nĩa và con dao

Không có gì khó hiểu ở những dấu hiệu xấu khi hẹn hò. Những tiêu chí mà bạn dùng để đánh giá hành vi của trai Tây ngồi đối diện cũng giống như những tiêu chí bạn đã sẵn có từ lâu để đánh giá hành vi của trai Ta nào có vinh dự được đưa bạn đi chơi.

Từ góc nhìn phương Tây, đàn ông lẫn phụ nữ uống thoải mái tùy ý là chuyện bình thường. Nhưng chuyện đó không thể dùng để bào chữa cho hành vi của trai Tây nào nốc tám lon bia và nhìn bạn một cách thèm thuồng trong cuộc hẹn hò lãng mạn đầu tiên.

Tương tự như vậy, cách suy nghĩ của người phương Tây về tình dục có thể thoáng hơn và ít mâu thuẫn hơn cách suy nghĩ của phần lớn người Việt Nam. Tuy nhiên, chuyện đó không thể dùng để bào chữa cho hành vi của trai Tây nào tỏ ra muốn sờ mó đụng chạm trong lần hẹn hò đầu tiên (hay lần hẹn thứ hai, thứ ba - TRỪ PHI bạn thể hiện rõ là đồng ý cho anh ấy làm điều đó!) Chắc chắn là có vấn đề nếu trai Tây nào tưởng cách suy nghĩ thoáng của phương Tây sẽ cho phép anh ta kể lể về những cô nhân tình mà anh ta đã qua đêm từ khi đến Việt Nam. Đây là một hành động thiếu tế nhị dù là ở các nước phương Tây tự do hay phương Đông bảo thủ.

Và rõ ràng là thời tiết ở Việt Nam khá nóng so với xứ ôn đới mà trai Tây đã sống, và điều này có thể lí giải cho việc trai Tây thích mặc đồ mát mẻ, nhưng không thể dùng điều này biện hộ cho sự luộm thuộm hay vệ sinh kém. Bạn sẽ không muốn hẹn hò với trai Ta nào đến cuộc gặp gỡ với mùi hôi cơ thể. Trai Tây bình thường nặng mùi hơn trai Ta. Vì vậy, khi ở Việt Nam, họ cần dùng chất khử mùi thường xuyên hơn - hết chuyện.

Tôi đoán là bạn đã cố gắng hết sức để tìm hiểu thêm về anh ấy qua facebook và Instagram trước khi hẹn hò. Và rõ ràng có vài dấu hiệu để nhận biết trai Tây tầm thường và trai Tây hiền lành ở những trang mạng này.

Trai Tây mà đăng hình có hành động lả lơi với những cô gái khác, Tây hoặc Ta, thì nên bỏ qua. Trai Tây nào hay đăng hình mặc đồ bơi khoe sáu múi thì rõ ràng là anh ta chỉ muốn gợi ý cho các gái Tây yêu thích khoái cảm là mình sẵn sàng phục vụ họ. Trừ phi bạn có cùng quan điểm với anh ta về khoái cảm và phục vụ, không thì bạn nên tránh xa anh ta ra.

Trai Tây nào xỏ khuyên ở mũi hay xăm hình cả cánh tay cũng có thể là người hiền lành, đầy óc khám phá rất trẻ thơ như Harry Potter. Nhưng khả năng đó rất mong manh. Chắc là những phụ kiện trên cơ thể họ là một phần của những câu chuyện nổi loạn chúng ta sẽ nói đến trong chương 16 (nói về Gia Đình) của cuốn sách này. Có chấp nhận được những điều này hay không là tùy bạn.

Các trai Tây chụp hình cầm súng - hãy tránh xa.

Các trai Tây lên mạng mắng mỏ người Việt Nam là bọn lừa đảo - hãy tránh xa.

Các trai Tây nặng lời nhận xét các sự kiện chính trị - cũng phải tránh xa. Ở điểm này bạn nên biết là ở các nước phương Tây ngày nay có một số đảng chính trị quan niệm là có quá nhiều người châu Á đến phương Tây ăn cắp công việc của người địa phương. (Nghe có vẻ người châu Á quỷ quyệt đến mức chỉ cần họ làm việc cật lực ở nước nhà là đã ăn cắp công việc của người phương Tây rồi.)

Ta hãy nói theo cách này: trai Tây nào quan niệm như vậy mà vẫn đang rong chơi ở châu Á là hóa thân của quỷ dữ. Bạn không chỉ nên tránh xa mà còn nên cho anh ta một lý do thuyết phục để quay trở lại phương Tây.

(Ghi ở lề: Nếu mục đích chính của bạn là "khoe hàng"

để giăng bẫy một ông chồng Tây giàu có và bạn cũng không quan tâm ông chồng Tây đó là người tử tế hay không thì... chính điều đó là dấu hiệu xấu. Bạn hãy đọc lại cuốn sách này ngay từ trang đầu.)

■ Những dấu hiệu tích cực:

- Anh ấy biết phát âm tên bạn
- Anh ấy biết kêu đồ ăn theo cách nhân viên chạy bàn hiểu
- Anh ấy đã học tiếng Việt hơn sáu tháng
- Anh ấy biết phân biệt Hồ Ngọc Hà và Tăng Thanh Hà
- Anh ấy biết khiêu vũ, nấu ăn, sửa xe máy
- Anh ấy biết trả lời thành thạo những câu hỏi của bạn về quê hương phương Tây của mình
- Anh ấy tỏ ra hiếu kỳ về vùng đất nhỏ bé đặc biệt mà bạn sinh ra và lớn lên
- Anh ấy giữ bình tĩnh khi đương đầu với những khía cạnh kì lạ mà chỉ Việt Nam mới có
- Anh ấy đo mức độ tiêu thụ rượu bia bằng ly thay vì bằng chai
- Anh ấy không sống ở khu Tây Ba-lô nữa, không mang cái túi ba-lô nào đến cuộc hẹn hò

Điểm đặc trưng của một trai Tây đáng tin cậy để quen không phải là việc anh ấy sẵn sàng tiêu tiền triệu để mua đồ cho bạn hay theo luật bất thành văn của tình yêu kiểu Việt Nam. Quan trọng hơn cả là việc anh ấy có khả năng suy nghĩ cởi mở về Việt Nam, về văn hóa và tâm lý của người Việt, về những sự thật cơ bản và những điều kì cục nho nhỏ hàng ngày. Tôi cho rằng bạn đã cởi mở với phương Tây và những điều mà phương Tây mang đến Việt Nam. Cái mấu chốt ở đây là - anh ấy có sẵn sàng đáp lại sự cởi mở và hiếu kì của bạn hay không. Anh ấy có đủ cởi mở về những điều mà Việt Nam sẽ đem đến cho anh ấy không?

Như bạn đã biết, có rất nhiều trai Tây ở lại Việt Nam vài tuần và chỉ muốn ăn chơi thác loạn.

Và bạn cũng biết có khá nhiều trai Tây ở lại Việt Nam sáu tháng hay sáu năm mà vẫn mù tịt về tất cả những gì không liên quan đến công việc hay những thách thức hàng ngày.

Việc một trai Tây có đủ khả năng để nắm được tình hình thực tế ở Việt Nam một cách tinh tế, thông minh và hài hước hay không cũng là điều dễ nhận ra. Bạn hẹn hò với anh ấy vài lần thì sẽ biết.

Đọc kỹ các dấu hiệu nhé bạn. Và nếu anh chàng nào không có những kĩ năng cơ bản thì đừng do dự - hãy kiếm một trai Tây khác.

■ Những dấu hiệu mơ hồ:

Nói đến những dấu hiệu mơ hồ, đây là danh sách ban đầu:

- Anh ấy để râu rất rậm.
  (Vấn đề: bạn sẽ bị ngứa thường xuyên khi yêu anh ấy.)
- Anh ấy hỏi bạn liên tục về thời chiến.
  (Vấn đề: anh ấy có thể là người bị lịch sử quân sự ám ảnh vì vậy dễ khiến bạn mau nhàm chán.)
- Anh ấy là phi công chuyên nghiệp.

(Vấn đề: có thể có vài cô gái xinh xắn chờ đợi anh ấy ở phân nửa các thành phố lớn nhất châu Á - và ở khu vực xung quanh vài sân bay địa phương nữa.)

- Anh ấy là thầy giáo tiếng Anh chuyên nghiệp.
  (Vấn đề: cũng có thể anh ấy có một đám nữ sinh (những cô gái 19 tuổi mặc quần soóc siêu ngắn) nhìn anh ấy đắm đuối suốt năm buổi tối trong tuần.)

- Anh ấy thuộc dạng "giám đốc trẻ trung với vóc dáng vạm vỡ".
  (Vấn đề: Cũng có thể anh ấy có một đám nữ thư ký (cô gái 24 tuổi mặc váy ngắn rất đẹp) nhìn anh ấy đắm đuối năm ngày trong tuần.)

- Anh ấy thuộc dạng "vóc dáng vạm vỡ" nói chung.
  (Vấn đề: Ý tưởng của anh ấy về tình yêu chung quy là vuốt ve cơ bắp săn chắc trước một tấm gương dài.)

- Anh ấy ở Việt Nam chỉ có ba năm mà biết nói tiếng Việt như người bản xứ.
  (Vấn đề: anh ấy có cô bạn gái lâu năm người Việt dạy tiếng Việt cho anh ấy bảy ngày trong tuần.)

Để tôi nhấn mạnh: Trong số những dấu hiệu này không có dấu hiệu nào xấu cả. Nếu trai Tây ưa thích nhất của bạn là phi công hay thầy giáo tiếng Anh thì chuyện đó chỉ sẽ gây ra rắc rối cho bạn trong trường hợp anh ấy cũng thuộc đám đông tầm thường.

Điều bạn cần đặc biệt lưu ý là, khi nói đến việc hẹn hò, mục đích chính HOÀN TOÀN KHÔNG PHẢI để xua đuổi mọi hoài nghi hay làm sáng tỏ mọi chuyện mơ hồ càng nhanh càng tốt, chẳng hạn bằng cách tuôn ra hàng loạt câu hỏi về những gì một phi công chuyên nghiệp làm để thư giãn giữa hai chuyến bay ở nơi xa lạ.

Bạn muốn tìm hiểu trai Tây ưa thích nhất của bạn thì cứ tự nhiên - đặt câu hỏi mang tính thách thức, như tôi đã từng đề xuất. Nhưng đừng cho anh ấy cảm giác như đang bị công an thẩm vấn.

Đó là vì, nếu anh ấy thực sự thuộc số ít trai Tây có cách suy nghĩ tinh tế thì đến chết anh ấy cũng sẽ không có chút tình cảm với một phụ nữ chỉ muốn xua đuổi mọi hoài nghi trước khi sẵn sàng đối xử tử tế với anh ấy.

Nếu bạn cứ khăng khăng chỉ đi cà phê với anh ấy khi và chỉ khi anh ấy bảo đảm là sẵn lòng cưới và yêu bạn mãi mãi (duy nhất bạn thôi!) thì có lẽ bạn nên xem xét đến việc hành nghề trong ngành bảo hiểm chứ không hẹn hò với trai Tây được đâu!

Liên lạc

Phải làm gì nếu anh ấy KHÔNG HẸN HÒ VỚI BẠN? Phải làm gì nếu anh ấy không chủ động mở lời trước?

Bạn sẽ gặp anh ấy ở đâu, liên lạc với anh ấy như thế nào?

Nếu bạn có một chút kinh nghiệm ở sân khấu tình yêu Việt Nam thì chắc là bạn đã biết dùng Tinder rồi.

Bạn cũng đã biết về những tay chơi sát gái kiểu phương Tây được đề cập ở chương trước. Họ dùng trang mạng hẹn hò Việt Nam để hiện thực hóa lý tưởng của mình về quan hệ tình dục ngắn hạn, không cần yếu tố tình cảm đi kèm.

Có hàng tá bài báo bàn về những niềm vui và nỗi đau đớn trên sân khấu tình yêu ảo. Chỉ cần dùng những trang mạng và ứng dụng tùy ý là đã có thể liên lạc được với kiểu đàn ông bạn thấy thích. Nhưng tình huống giả sử ở đây là bạn chủ yếu muốn xuất hiện trên sân khấu tình yêu THẬT - tức bạn sẽ gặp anh ấy ở ngoài đời và muốn bắt chuyện với anh ấy mà KHÔNG CÓ SỰ GIÚP ĐỠ CỦA NHỮNG THIẾT BỊ KĨ THUẬT SỐ.

Giả sử bạn đang ngồi uống cà-phê ở một quán nào đó. Có một anh chàng Tây ngồi trong góc giả vờ nghịch điện thoại mà thực ra liếc nhìn bạn.

Bạn hãy tưởng tượng ra những tình huống cụ thể hơn nếu muốn. Giả sử bạn làm việc ở nhà thuốc Tây hay tiệm thiết bị điện tử. Rồi cứ thấy anh ấy lảng vảng ở chỗ bạn trong mấy ngày liền, không có ý định mua. Rõ ràng anh ấy muốn làm quen với bạn nhưng còn đang băn khoăn chưa biết nên bắt chuyện thế nào.

Đến phần khó khăn nhất rồi đây: bạn phải chủ động mở lời trước.

Hoặc cũng có thể bạn sẽ gặp may nếu anh ấy bước tới và chủ động bắt chuyện.

Nhưng cũng có thể anh ấy sẽ không làm thế vì - như

bạn đã biết - anh ấy đang ở một đất nước xa lạ và không muốn bị "quê". Anh ấy cũng hoàn toàn không biết là trình độ tiếng Anh của bạn có đủ để hai người nói chuyện với nhau một cách thoải mái hay không.

Nếu có khả năng nhận biết về môi trường xung quanh thì chắc là anh ấy đã hiểu ra rằng các cô gái Việt Nam bình thường hơi e ngại khi nói chuyện với người lạ phương Tây, đặc biệt là đàn ông. Một mặt vì họ lo lắng những người Việt Nam xung quanh sẽ đánh giá này nọ nếu thấy họ trao đổi số điện thoại với một anh chàng nước ngoài. Mặt khác, họ cũng lo vốn tiếng Anh của mình không đủ hoàn hảo để gợi chuyện.

Này! Anh ấy vẫn chưa bắt chuyện với bạn - vậy bạn SẼ LÀM GÌ BÂY GIỜ?

Bạn bắt buộc phải có ĐỘNG THÁI ĐẦU TIÊN.

Đúng rồi đấy - bạn phải bắt chuyện với anh ấy, nhẹ nhàng nhưng tự tin, y như phần lớn gái Việt hiện đại vẫn làm khi gặp trai ta trong mộng mà anh chàng lại hồi hộp không dám "tấn công". Hơn nữa, bạn cũng phải bỏ qua suy nghĩ rằng người Việt Nam khác sẽ cho rằng bạn là đứa dễ dãi nếu thấy bạn trao đổi số điện thoại với một người lạ nước ngoài. Tôi biết (và bạn cũng thừa biết) bạn không làm kiểu này suốt đâu. (Và nếu bạn làm kiểu này suốt thì ĐÓ LÀ CHUYỆN CỦA BẠN.)

Bạn bắt chuyện về cái gì - dùng giọng điệu hay mức độ irony nào - là tùy bạn. Có một "chiêu thức" khá tự nhiên bạn có thể "lợi dụng" để mở lời trước là nhờ anh ấy giúp bạn. Cho một người đàn ông cơ hội làm "anh hùng cứu mỹ nhân" là cách tạo cảm hứng bất khả kháng ở Tây lẫn ở Ta. Và ngược lại, nếu anh ấy ghé cửa hàng của bạn và yêu cầu một sự giúp đỡ thì lúc này vai trò đã được hoán đổi: anh ấy là "mỹ nhân" và bạn là anh hùng...

Tại sao bạn nên tiến hành bước táo bạo này? (Nó nghe có vẻ không "thuần Việt " cho lắm, đúng không?)

Đó là vì hai lý do chính.

Thứ nhất để giúp anh ta vượt qua sự bối rối.

Thứ hai để chắc chắn rằng anh ta không phải kẻ đểu cáng.

Như bạn đã biết, nhiều trai Tây mới đến Việt Nam bắt đầu vỗ ngực tự hào vì được trở thành đối tượng của sự chú ý mà họ gần như chưa bao giờ có ở nước nhà: họ tưởng như các cô gái Việt Nam phải chạy theo họ, họ không bao giờ cần chạy theo ai nữa.

Dĩ nhiên đó là thái độ không chấp nhận được.

Nhưng làm sao biết được bạn đang đương đầu với trường hợp thứ nhất (sự hồi hộp trong màn mở đầu) hay trường hợp thứ hai (cảm giác mình là món quà ông trời dành cho phụ nữ Việt)?

Cả hai đều giống nhau.

Bạn không dám chủ động thì có vài chuyện mơ hồ cuốn sách này cũng không làm sáng tỏ được...

♥

Điều tốt đẹp là chúng ta đã đi được nửa chặng đường trong hành trình tìm hiểu về trai Tây. Hãy lật sang trang sau, sẽ còn rất nhiều thứ mờ ảo nhưng không kém phần tốt đẹp đang chờ đợi được bạn tiếp tục khám phá.

Chương 10

Bình đẳng

Trai Ta cũng tốt đấy chứ! (Tốt theo cách của riêng họ.)

Tuy vài người cơ thể có hơi còm nhom và răng họ xấu xí chết đi được nhưng họ đẹp trai theo chuẩn châu Á: Da rám nắng theo điểm đặc trưng của miền nhiệt đới, không béo phì và không bị hói như trai Tây.

Trai Việt hòa đồng không chỉ khi nhậu nhẹt. Họ sẵn sàng giúp đỡ mọi người: thứ nhất là đám chiến hữu, thứ nhì là chị gái xinh đẹp sống sát vách và thứ ba là hàng xóm, người qua đường.

Trai Việt không bị hoang tưởng về bản thân. Họ không biến mình thành những mẫu quảng cáo di động để đạt được thành tựu cho bản thân. Phần lớn có một số sở thích khá phổ biến chứ không phải kiểu đam mê điên rồ của trai Tây.

Là phụ nữ bạn biết mình đang đứng ở đâu với trai Việt - đại đa số họ MUỐN CƯỚI VỢ. Và SẼ CƯỚI VỢ. Mặc dù ở tuổi thanh niên họ vẫn chơi bời, nhưng đại đa số không ngần ngừ LIỆU MÌNH CÓ NÊN LẤY VỢ KHÔNG như trai Tây.

Hơn nữa, một số trai Việt thực sự rất tôn trọng phụ nữ. Họ tận tụy chăm sóc sức khỏe cho cha mẹ già. Họ bày tỏ tình thương với vợ và kiên quyết lo liệu cho con. Họ ga lăng và chu đáo với người yêu và các bạn gái. Thêm vào đó không ít trai Việt biết hy sinh trong tình yêu. Họ là những người lãng mạn theo đúng nghĩa của từ đó - những nỗi đau khổ của tình yêu thỉnh thoảng làm cho họ cao thượng hơn.

Dù vậy, số trai Việt tin vào bình đẳng giới, dù là thực tế hay chỉ trên lý thuyết, đều khá ít. Bạn hãy nghĩ đến cách họ tán tỉnh một người phụ nữ khác trước mặt vợ hay cách họ cư xử chốn đông người như thể phụ nữ tồn tại chỉ để dọn dẹp. (Tệ hơn nữa là họ hành xử như vậy cả khi ở nhà.)

Hoặc hãy nghĩ đến các ông bố Việt Nam kiểm soát con

gái đến tuổi cập kê nhưng chẳng bao giờ làm thế với con trai. Chắc là bạn đã nghe nói chuyện bạn gái này bị ràng buộc giờ giới nghiêm khá nghiêm ngặt, bạn gái kia bị cấm không được có bạn trai trước khi tốt nghiệp đại học. Hy vọng trong quá khứ bạn không phải từng ngồi khóc một mình vì gặp chuyện tương tự.

Nguồn gốc của cách đối xử này là gì? Chính là những tư tưởng cổ hủ rõ ràng không thích hợp với tư tưởng hiện đại - nam và nữ cơ bản là bình đẳng và nên là như thế.

Nhiều đàn ông Việt, cũng có thể đa số, hình như tin chắc rằng:

- Đàn ông có nhiều quyền tự do hơn phụ nữ, đặc biệt là QUYỀN ĂN CHƠI.
- Điều đáng quan tâm duy nhất ở người phụ nữ là khả năng dùng vẻ ngoài gợi cảm để cuốn hút đàn ông.
- Mục đích chính trong cuộc đời người phụ nữ là kiếm được một người chồng, sinh con, lo việc nội trợ. Niềm hãnh diện của người phụ nữ đến từ sự thành công của chồng con, việc sắp xếp nhà cửa gọn gàng, giỏi giang chuyện bếp núc, cũng như khả năng phô diễn những kỹ năng của mình cho con trai và truyền dạy chúng cho con gái.

Hay nói ngắn gọn hơn một chút, mục đích chính trong cuộc đời người phụ nữ là lập gia đình và ai không hoàn thành mục đích chính đó - hoặc không muốn lập gia đình hoặc lập gia đình không thành công - là người phụ nữ thất bại.

(Thật không may là khá nhiều phụ nữ Việt cũng tuân theo cả ba quan điểm nói trên.)

Giờ bạn hãy thử tìm hiểu xem một trai Tây bình thường sẽ nghĩ thế nào về vấn đề này.

Cũng có thể là anh ấy không tin lắm vào bình đẳng giới giống phần lớn trai Việt. Ở các nước phương Tây có một số đàn ông có tính gia trưởng - được "di truyền" từ xa xưa trong họ - cho rằng công việc chính của phụ nữ là nội trợ hoặc phụ nữ vốn tồn tại chỉ để làm thú vui cho đàn ông.

Tuy vậy, điều quan trọng ở đây là phần lớn trai Tây thật sự tin vào bình đẳng giới. Trên lý thuyết họ quan niệm rằng:

- Phụ nữ không bắt buộc phải chọn công việc chính nào, họ muốn ở nhà chăm sóc gia đình hay đi làm ở công sở (hay đứng ở vị trí nào khác nữa) là tùy họ.
- Phụ nữ cũng thông minh và giỏi giang như đàn ông. Họ có thể tự quyết định lấy cuộc sống của họ, thay vì nghe người khác chỉ bảo phải làm gì.

- Con trai không có gì đặc biệt hơn con gái. Con gái có thể chọn ngành học hay làm nghề gì tùy ý thích, có quyền tìm kiếm và yêu chàng trai nào họ thích.

Hơn nữa, do tiến trình bình đẳng quan hệ nam nữ đã diễn ra suốt nửa thế kỷ qua ở các nước phương Tây, trai Tây cũng thoải mái đồng ý rằng:

- Phụ nữ và đàn ông nên được trả công bằng nhau khi làm công việc như nhau
- Phụ nữ nên có quyền ly dị chồng không chỉ trên giấy tờ. Gia đình không nên bắt ép họ giữ một cuộc hôn nhân không hạnh phúc và bộ luật dân sự nên bắt buộc đàn ông chia sẻ trách nhiệm nuôi nấng con cái trong trường hợp hôn nhân tan vỡ.

Và cuối cùng, để giảm khả năng tan vỡ của một cuộc hôn nhân ngay từ đầu thì:

- Đàn ông nên nhấc mông lên đỡ đần vợ làm nội trợ. Phụ nữ mong muốn chồng mình nhấc mông lên để giúp việc nhà là hoàn toàn hợp lý.

Vì thế hình ảnh một người đàn ông miệt mài làm việc nhà sau giờ làm việc là cảnh thường thấy ở các nước phương Tây, và thậm chí những ngày cuối tuần họ cũng phải phơi đồ, ủi quần áo và chuẩn bị bữa ăn (dù là rất dở).

Mang theo quan niệm vốn có của người phương Tây, khi trai Tây đến Việt Nam, họ có xu hướng thấy mối quan hệ giữa nam và nữ khó chấp nhận về nhiều mặt, nhất là khi sự bình đẳng giới không thật sự tồn tại.

Họ sẽ thỉnh thoảng sửng sốt vì thói quen giam lỏng vợ với hàng tá những công việc nội trợ dưới sự giám sát chặt chẽ của mẹ chồng.

Họ sẽ thỉnh thoảng thấy khó chịu khi chứng kiến cách người Việt làm lơ nạn bạo hành gia đình, cách nhiều người dung túng cho những loại đàn ông thô bỉ xem việc sờ mó cô gái phục vụ bàn, ăn nói tục tĩu với các cô gái bên ngoài, hay dan díu sau lưng vợ như là một đặc quyền.

Và họ thường có phản ứng gay gắt với thói đạo đức giả của không ít trai Việt thể hiện trong những "tiêu chuẩn hai mặt" liên quan đến đời sống tình dục bao gồm:

- Những người con gái đã từng quan hệ trước hôn nhân bị coi là loại phụ nữ dễ dãi, trong khi những người đàn ông làm chuyện tương tự lại được coi là những người đàn ông thực thụ, từng trải.
- Con gái ăn mặc hở hang thì bị gọi là "đồ lẳng lơ" trong khi con trai cởi trần dạo phố gãi "của quý" thoải mái lại được coi là đặc quyền của nam giới.

- Con gái từ quê ra thành phố làm việc ở tiệm massage để kiếm sống thì bị coi là đáng khinh, còn con trai ghé phòng massage chọc ghẹo các cô gái ấy lại chỉ được coi là nghịch phá.

Không thể chối cãi là nhiều mặt trong đời sống người phụ nữ Việt đã được thay đổi một cách tích cực, kể từ cái thời mà chỉ con trai mới được đi học hoặc những cô dâu bị phát hiện không còn trinh tiết bị sỉ nhục công khai sau đêm tân hôn.

Thế nhưng đối với trai Tây, ảnh hưởng của tư tưởng trọng nam khinh nữ đến cách dạy dỗ con cái, những cơ hội dành cho giới nữ và cuộc sống hàng ngày của những người phụ nữ từ mũi Cà Mau đến Cột cờ Lũng Cú, vẫn là vấn đề đáng quan tâm.

Sự bất bình đẳng giữa đàn ông và phụ nữ Việt Nam, vừa liên quan đến vai trò của phụ nữ trong xã hội vừa liên quan đến nhận thức về bản thân, là một sự thật mà trai Tây càng có cái nhìn tổng quan về Việt Nam thì càng phải đối phó.

Còn điều trớ trêu đối với bạn là nhiều bất công nói trên có lẽ cũng đã ăn sâu vào máu và thậm chí có thể trở thành một thách thức khó vượt qua khi bạn quen một trai Tây có tư tưởng tương đối tiến bộ.

Khi trai Tây làm quen với gái Ta, trai Tây thường có một số kỳ vọng liên quan tới bình đẳng giới cần được chú ý ngay từ ban đầu.

Nếu bạn mới quen một chàng trai Tây thì hãy nhớ nói thẳng cho anh ấy biết bạn muốn hẹn hò với anh ấy hay không - cũng như anh ấy sẽ nói thẳng với bạn. (Khi hai người đang quen nhau, bình đẳng giới có nghĩa là không giả vờ thờ ơ để hâm nóng mối quan hệ.) Hơn nữa hãy nói thẳng cho anh ấy biết, cũng như anh ấy sẽ nói thẳng với bạn, rằng bạn muốn hẹn hò ở đâu và muốn làm gì ở đó, chứ đừng đợi anh ấy đoán ra chỗ hợp với bạn. (Khi hai người đang quen nhau, bình đẳng giới có nghĩa là cả hai đều phải gợi ý và đưa ra quyết định.)

Hãy đến chỗ hẹn một mình và đến đúng giờ giống như anh ấy. Đừng đợi anh ấy đến đón bạn hay chỉ đường cho bạn. Và trong buổi hẹn hò tiếp theo hãy chú ý đến những gì anh ấy nói nếu bạn cũng muốn có được sự chú ý của anh ấy khi bạn nói. Đừng chỉ lo chụp hình đồ ăn hay liên tục chat chít với những cô bạn lắm chuyện đang ngồi ở nhà.

Tương tự như vậy, khi hai người có mối quan hệ lâu dài thì rất có thể trai Tây sẽ trông mong vào một số kỹ năng và thái độ, điều mà - ngược lại - có thể khiến một chàng trai Ta bối rối.

Có thể anh ấy sẽ mong đợi bạn có một số quan điểm riêng và biết giải thích chúng cho anh ấy hiểu. Gần như chắc chắn anh ấy sẽ muốn bạn có tham vọng khác ngoài việc chăm sóc gia đình, quan tâm đến việc kiếm tiền chẳng hạn. (Bình đẳng giới kiểu phương Tây có nghĩa cân bằng trong trách nhiệm kiếm tiền, nếu không muốn nói là chia đều.)

Anh ấy chắc là sẽ đợi bạn nắm những kiến thức khoa học tiến bộ về thế giới hiện đại như anh ấy. Bạn sợ sệt thì thầm với anh ấy là “có ma” khi bóng đèn chập chờn thì có lẽ anh ấy sẽ thấy bạn dễ thương. Ngược lại, bạn mở tất cả đèn trong nhà khi phải ở một mình thì anh ấy chắc sẽ nghĩ rằng bạn là cô nàng ngốc nghếch.

Và cuối cùng, khi tắt đèn đi ngủ buổi tối anh ấy sẽ muốn bạn biết về chuyện chăn gối tương đương anh ấy, biết mình thích gì khi làm chuyện ấy hay ít nhất là bày tỏ sự hiếu kỳ về nó nếu bạn không biết. (Bình đẳng giới kiểu phương Tây hàm ý rằng phụ nữ hiện đại nên bỏ đi hình ảnh của mình như là bông hoa mong manh e ấp khiến đàn ông buộc phải hướng dẫn tường tận các kinh nghiệm giường chiếu.)

Khi có một quan hệ nghiêm túc với một trai Tây, việc diễn đạt một cách hợp lý những gì đang khiến bạn bực mình nếu hai người cãi nhau là điểm mấu chốt. Sau giai đoạn "ghét cay ghét đắng" (mất vài tiếng chứ không phải vài tháng!) bạn phải tìm phương án giải quyết thỏa đáng cho cả hai người. Cũng có thể là để làm được điều đó bạn phải vượt qua phương pháp giải quyết tranh chấp truyền thống của người Việt, là phớt lờ những mâu thuẫn và hy vọng mọi phiền muộn sẽ tự nhiên tan biến theo thời gian. (Bình đẳng giới kiểu phương Tây có nghĩa là cả hai người phải đối phó với những vấn đề chung một cách tỉnh táo và có lý trí.)

Và cuối cùng nhưng không kém phần quan trọng, bạn phải biết đối phó với phần lớn những thách thức trong cuộc sống hàng ngày mà gái Tây lẫn trai Tây đều biết tự xử lý. Chuyện này không có nghĩa là anh ấy sẽ trông mong bạn biết tự sửa xe máy (đại đa số trai Tây không bao giờ tự sửa xe máy được), mà là anh ấy trông mong bạn tự đi được từ điểm A đến điểm B bằng cách xem B ở đâu trên bản đồ và tự lái xe đến nơi. Hay ít nhất là bạn có thể ra đường đón taxi mà không cần bất kì người đàn ông nào làm giúp. (Bình đẳng giới kiểu phương Tây hàm ý rằng phụ nữ nên tránh để mình rơi vào tình trạng yếu ớt bất lực và luôn cho rằng đàn ông có khả năng xử lý mọi vấn đề bên ngoài xã hội.)

Nghe có vẻ kinh khủng không? Nếu cảm thấy "có" thì có lẽ bạn nên dừng ngay kế hoạch quen trai Tây. Hoặc bạn tìm một chàng trai Tây "cổ hủ" như không ít trai Việt, những người kiếm vợ "kiểu cũ": vừa đẹp, vừa nhu mì, vừa không biết xoay xở ra sao trước cuộc sống.

Yêu trai Tây lâu dài có thách thức riêng của nó, đặc biệt là khi nói đến vấn đề bình đẳng giới.

Trai Tây ít khi thần tượng hóa người yêu như trai Ta thỉnh thoảng vẫn làm (và để rồi coi thường họ chỉ sau vài năm chung sống). Vì thế, nếu bạn theo lý tưởng kiểu Việt về tình yêu - thường bao gồm pha thần thoại hóa nhưng lại bỏ qua tác hại của nó về sau - thì chắc là bạn sẽ gặp khó khăn khi yêu trai Tây.

Trai Việt thì đa số sẽ chấp nhận hình ảnh một người phụ nữ xinh đẹp nhưng yếu mềm và mục đích chính trong đời là kiếm chồng và lập gia đình.

Còn đàn ông Tây phương - dù thế nào đi nữa - vẫn trông mong phụ nữ năng động, khôn khéo, nhạy bén hơn. Năng động, khôn khéo, nhạy bén như bản thân họ tự nghĩ...

Chương 11

"I love you"

Có một "câu chuyện cổ tích" được hầu hết gái ta đều "tin sái cổ" là trai Tây VÔ CÙNG LÃNG MẠN.

Câu chuyện này nói rằng trai Tây bỏ xa trai Việt về khoản lãng mạn. Khi hẹn hò với trai Tây, anh ấy sẽ thể hiện sự chu đáo và tôn trọng từng giây từng phút.

Trai Tây sẽ thường khen ngợi bạn. Trai Tây sẽ mở cửa giùm bạn, giúp bạn cởi áo khoác, rót nước mời bạn thường xuyên.

Nói tóm lại, anh ấy sẽ thờ phụng "ngôi đền sắc đẹp" của bạn bằng mọi cách, từ những việc nhỏ nhặt đến việc quan trọng.

Câu chuyện cổ tích đó cũng ca tụng rằng trai Tây không chỉ ga lăng mà còn rất cởi mở. Nếu bạn quen trai Tây thì anh ấy sẽ thường xuyên bày tỏ tình yêu bất tử với bạn. Anh ấy sẽ chia sẻ những cảm xúc chân thành đó với bạn bè, gia đình - sẽ muốn hét to cho cả thế giới thật và ảo biết về tình cảm của mình.

So với trai Tây, trai Ta khác xa. Họ thuyết phục bạn yêu họ nhưng sau đó lại khiến bạn luôn phải nghi ngờ vì không thấy họ thể hiện tình cảm.

Hình như việc quen trai Tây luôn đầy ắp những khoảnh khắc thăng hoa của câu "I love you" được lặp đi lặp lại không ngừng suốt nhiều năm tháng...

Tất nhiên, bạn có quyền ảo tưởng về sự lãng mạn của trai Tây được Hollywood tô vẽ và dư luận truyền bá ở Việt Nam suốt nhiều năm qua.

Lời khuyên của tôi là ngược lại: Hãy quên chuyện cổ tích vớ vẩn ấy đi. Bạn muốn hiểu rõ hơn tâm lý của trai Tây thì phải chấp nhận một sự thật là những cử chỉ lãng mạn, vẻ lịch thiệp cùng lời tỏ tình nồng cháy đều khá hiếm ở cả Tây lẫn Ta. Và muốn hiểu điều đó thì bạn cần nhìn nhận xem trai Tây hẹn hò với gái Tây ở nước họ như thế nào; họ quen và yêu nhau ra sao;

và điều đó có tác động thế nào đến thái độ của họ đối với tình yêu.

Những điều này là chủ đề của chương bạn mới lật sang. Thông điệp chính của nó mang tính hơi tiêu cực: đại đa số trai Tây đơn thuần không lãng mạn hay ga lăng như các cô gái Việt lầm tưởng.

Tuy vậy một số trai Tây tinh tế vẫn có sự ga lăng nhất định. Vấn đề là ở chỗ đại đa số gái Ta khó nhận ra sự ga lăng đó.

Trừ phi bạn hiểu rõ quan điểm của họ từ đâu ra, nếu không thì rất có thể họ sẽ khiến bạn thất vọng hay bối rối. Bạn hãy đọc kỹ phần tiếp theo nhé.

♥

Sự thật đáng buồn là ở phương Tây, thái độ của giới trẻ đối với tình yêu là không lãng mạn cho lắm.

Tất nhiên, ở phương Tây vẫn có những chàng trai, cô gái thích hẹn hò, đi cà phê, ăn tối và coi trọng những hành động lãng mạn như: các chàng trai thích tặng hoa, các cô gái đánh giá cao nghệ thuật nói chuyện.

Nhưng những người này chỉ còn là thiểu số. Tình yêu kiểu này ngày càng bị coi là lỗi thời bởi phần lớn những người yêu nhau chủ yếu muốn hưởng thụ KHOÁI CẢM nhưng lại khá dè dặt trong TÌNH CẢM.

Về cơ bản, ở giới trẻ phương Tây ngày nay, việc quen nhau bắt đầu với một khoảng thời gian đi chơi với nhau dài ngắn tùy người. Một nam và một nữ chơi cùng nhóm bỗng dần dần chơi thân với nhau chẳng hạn. Đến một thời điểm nào đó, các thành viên trong nhóm nhận ra họ đã thành một cặp.

Hay lấy ví dụ khác. Một cô gái và một chàng trai có bạn chung trên facebook, bắt chuyện rồi hẹn hò với nhau bên ngoài. Sau đó, họ yêu nhau. Nhưng họ không nhất thiết phải thông báo về mối quan hệ với bạn bè chung. Có lẽ, họ cũng không nói gì về chuyện đó với bất cứ ai. Gần như chắc chắn là họ không vội vàng nói gì với bố mẹ mình.

Điều lạ lùng nữa là có lẽ họ cũng chẳng nói gì VỚI NHAU.

Đúng vậy, các bạn không đọc nhầm đâu. Ngoài việc phát minh ra tình dục, nhạc rock và TV màn hình phẳng, người phương Tây còn phát minh ra kiểu tình yêu mà không cần phải nói câu "I love you".

Điểm chính ở đây là nhiều cuộc hẹn hò kiểu phương Tây không giống với định nghĩa "hẹn hò" dưới cái nhìn của người Việt một chút nào. Trai Tây và gái Tây muốn quen nhau thì không nhất thiết phải có những cử chỉ ga lăng từ phía con trai, không cần con gái phải tỏ ra lạnh lùng và cũng không cần ai bày tỏ tình yêu bằng lời lẽ thuyết phục hay ngọt ngào cả.

Chỉ lời nói tỏ tình thôi chứ chưa nói đến việc quỳ gối tỏ tình đã bị coi là bất bình thường, thậm chí là vô duyên.

TẠI SAO LẠI KÌ LẠ NHƯ VẬY?

Một số người phương Tây sẽ trả lời rằng, đó là vì giới trẻ phương Tây hay lưỡng lự trong tình yêu. Nhiều thanh niên phương Tây dưới 30 có mối quan hệ không cam kết dựa trên những lợi ích nhất định chứ không phải tình cảm sâu sắc không toan tính.

Thêm vào đó, nhiều người phương Tây cũng thừa nhận rằng điều quan trọng nhất khi còn trẻ là có càng nhiều trải nghiệm phong phú càng tốt. Điều đó có nghĩa là họ cũng muốn có nhiều trải nghiệm khác nhau trong việc hẹn hò. Vì thế, họ không muốn để bản thân bị vướng vào một mối quan hệ quá lâu. Và do đó, việc tự kiềm chế và không tỏ tình một cách bồng bột là điều hiển nhiên. Một số trai Tây cho rằng ở tuổi xấp xỉ 30 mà không từng trải qua các mối quan hệ với một nghệ sĩ, một cô lưỡng tính và một cô gái nước ngoài đẹp kỳ lạ nào đó thì không thể xem là có đủ kinh nghiệm sống. Còn có quan hệ tình yêu thật lòng hay không thì không quá quan trọng.

Còn điều gì khiến giới trẻ Tây phương khó nói ra những lời tỏ tình bồng bột nữa? Một câu trả lời tích cực hơn là bởi vì tình yêu đích thực - theo cách suy nghĩ của giới trẻ phương Tây - là một thứ tình cảm sâu sắc hơn tất cả những lời tỏ tình, một cái gì đó không được gói gọn trong một khoảnh khắc khi NGƯỜI NÀY (nói chung là con trai) tới đỉnh háo hức muốn thổ lộ chân tình và làm NGƯỜI KIA (nói chung là cô gái) hoa mắt xiêu lòng.

Theo định nghĩa của phương Tây về tình yêu thì câu "I love you" là công thức quá thông thường. Ai nói "I love you" là đặt tên cho tình yêu và việc đặt tên cho nó có nghĩa là đã thay đổi nó. Hơn nữa, việc đặt tên cho nó công khai trước mặt những người khác sẽ đem đến những vấn đề liên quan đến sự mong đợi của những người ngoài cuộc và từ phía xã hội nói chung.

Cách suy nghĩ của người phương Tây ở đây khác hẳn cách suy nghĩ của người Việt. Đối với họ, sự mong đợi của những người ngoài cuộc (những quan niệm phổ biến về tình yêu, vv...) có khả năng đặc biệt: nếu chúng không giết chết tình yêu thì cũng sẽ làm mất đi sự chân thật và sâu sắc vốn có. Khác với tình yêu thông thường, tình yêu đích thực không phụ thuộc vào LỜI NÓI mà vào HÀNH VI - vào cách CHỈ RA tình yêu ngày càng tinh tế.

♥

Tóm lại, nếu muốn yêu trai Tây thì bạn nên hiểu cách suy nghĩ này. Đừng đợi anh ấy cởi áo khoác cho bạn khi tới nhà hàng hay đưa bạn ra taxi sau khi kết thúc buổi hẹn.

Đừng đợi anh ấy quỳ gối bày tỏ những lời ngọt ngào về tình yêu vĩnh cửu với bạn nhất là nếu bạn làm quen với anh ấy mới hai tháng trước. Đừng bao giờ trông mong anh ấy sẽ đưa bạn "lên mây" trong giai đoạn đầu.

Cuối cùng, bạn đừng trông mong anh ấy sẽ hiểu rõ về luật bất thành văn của tình yêu kiểu Việt Nam. Bạn đã rất rõ những điều này là gì và sẽ được áp dụng như thế nào. Và bạn còn biết rõ ràng rằng việc trai Ta không đếm xỉa đến chúng đã khiến bạn thất vọng ra sao. Để rõ ràng hơn, tôi sẽ tóm tắt lại chúng bằng mười ý chính:

Mười điều bất thành văn trong văn hóa hẹn hò kiểu Việt là:

- Đàn ông muốn đưa bạn đi chơi thì phải trả tiền cho buổi hẹn đó. Hay nói cách khác là "bao trọn gói".
- Trước khi bạn quyết định có thích anh ấy hay không thì anh ấy phải chấp nhận việc bạn có thể đưa các bạn gái khác đi cùng để được yên tâm hơn. Thỉnh thoảng còn để bảo bạn nên nghĩ gì về anh ta nữa.
- Anh ấy phải bày tỏ sự ga lăng với các bạn gái bạn đưa đi cùng ở một mức độ nhất định. Tức là phải tỏ ra ga lăng có chừng mực, một cách không lẫn vào đâu được so với sự ga lăng dành cho bạn.
- Đàn ông phải hết mình để khiến bạn cảm thấy thoải mái và đặc biệt nhất có thể.
- Đàn ông phải thể hiện sự tận tụy vào ngày Tình Nhân, ngày sinh nhật của bạn, ngày Quốc Tế Phụ

Nữ, đêm Noel và tất cả những ngày kỷ niệm khác, bằng cách tặng quà cho bạn chẳng hạn.

- Trong việc thể hiện tình cảm, bạn muốn anh ấy đợi bao lâu thì anh ấy phải chờ bấy lâu.
- Đàn ông phải trang trọng xin phép "quen" bạn. Tức là anh ấy phải nói lên ước mơ nhỏ nhoi "được đưa đón" bạn bằng những câu như:

  (a) Anh với em quen nhau được không?

  (b) Anh với em yêu nhau được không?

- Bất kể câu trả lời của bạn thế nào, anh ấy vẫn nên tiếp tục nói rằng anh ấy yêu bạn bằng những lời đường mật hợp lý ("anh yêu em" chẳng hạn).
- Cuối cùng bạn đồng ý cho anh ấy "làm quen" thì anh ấy phải bày tỏ tình yêu dành cho bạn từ ba đến 16 lần/ngày trên nhiều trang mạng xã hội nhất có thể.
- Bạn đồng ý cho anh ấy quen bạn thì anh ấy phải chấp nhận một sự thật nữa là điều đó không đồng nghĩa với quyền tự do hôn hít, sờ soạng bạn trong rạp chiếu phim hay tùy tiện đưa bạn đến một khách sạn rẻ tiền...

Bạn sẵn sàng nghe tin xấu chưa?

Tin xấu là thậm chí khi đối tượng hẹn hò phương Tây của bạn là người lãng mạn hơn mức trung bình thì chắc là anh ấy vẫn sẽ KHÔNG THỰC HIỆN ĐIỀU NÀO trong danh sách trên.

Khi đến nhà hàng, có thể sẽ có anh chàng chạy một vòng để mở taxi cho bạn nhưng phần lớn thì không. (Thay vì làm điều đó, họ sẽ ngồi dính trong xe để xem tờ nào là tờ 20k, tờ nào là tờ 500k để khỏi trả nhầm.)

Khi vào nhà hàng, một số trai Tây sẽ lăng xăng kéo ghế hay làm thoả mãn mọi mong muốn của bạn, nhưng phần lớn thì không. Đó là vì họ chỉ có kinh nghiệm hẹn hò với gái Tây và phần lớn gái Tây không thích đàn ông lăng xăng chút nào.

Sau vài lần hẹn hò, một số trai Tây cũng có thể sẽ mời bạn đến một điểm hẹn lý tưởng để xin phép được quen bạn. Tuy nhiên, người phương Tây hiếm khi hỏi xin sự chấp thuận của đối phương trước khi tiến hành bước tiếp theo nên chuyện này gần như không bao giờ xảy ra.

Và nếu bạn quen họ, chắc là một số trai Tây sẽ sung sướng đến mức họ sẽ muốn nói ra THẬT THƯỜNG XUYÊN câu “I love you” thật lòng. Tuy vậy, phần lớn họ sẽ không làm như thế vì họ e ngại sẽ “công thức hóa” những cảm xúc chỉ mới nảy sinh.

Việt Nam khác hẳn các nước phương Tây và gái Ta khác hẳn gái Tây ở một số khía cạnh vừa tích cực vừa đáng sợ nên nhiều trai Tây sẽ do dự khi bắt đầu mối quan hệ nghiêm túc bằng câu "anh yêu em". Bạn phải nhớ rằng, trai Tây đang phải "đá trên sân khách" chứ không phải "sân nhà".

Bên cạnh đó, việc phần lớn đồng bào họ ngày càng thực dụng về mặt tình cảm khiến những trai Tây lo lắng rằng lời tỏ tình nào anh ấy muốn nói cũng có thể nghe quá sến súa. Bạn nên nhớ rằng: Phần lớn trai Tây từ khi sinh ra đã sống trong môi trường mà những lời tỏ tình chân thành không được đáp lại bằng sự im lặng vụng về hay giọt nước mắt hạnh phúc mà bằng những mẩu tin cụt ngủn bảo rằng bạn hãy đi nhảy cầu cùng với những cảm xúc sến súa ấy...

Hình như tất cả thăng hoa của câu "I love you" mà đối với bạn là tinh chất của chân, thiện, mỹ thì đối với trai Tây thật là phức tạp.

♥

Trai Tây có thể ít ga-lăng hơn bạn tưởng. Đó là tin xấu.

Tin vui là gì đây?

Tin vui thứ nhất: Khi nói đến việc bày tỏ tình cảm trong những mối quan hệ lâu dài, trai Tây THỰC SỰ làm tốt hơn trai Ta nhiều.

Những cảnh lãng mạn như hai người cùng ngắm hoàng hôn, uống cocktail, chàng trai quỳ gối cầu hôn cô gái... rất có thể xảy ra. Nhưng chúng chỉ xảy ra sau hai năm hẹn hò. Chuyện là thế này: Nếu mọi việc tiến triển tốt đẹp, những cử chỉ lãng mạn thiếu vắng trong giai đoạn đầu có thể được bổ sung vào giai đoạn sau. Rồi những điều đẹp đẽ đó sẽ được lặp lại mỗi năm trong suốt phần đời còn lại của bạn.

Như bạn đã biết, sở dĩ anh ấy muốn ở bên cạnh bạn là vì những lý do anh ấy thấy hợp lý. Anh ấy nghĩ hai người có tính cách hợp nhau nên có khả năng hiểu lòng nhau chứ không phải vì người ta bảo anh ấy phải cưới vợ khi gần 30 tuổi. Vì vậy, anh ấy sẽ giữ vững lập trường và sự lựa chọn của mình. Và cũng có thể anh ấy sẽ thực hiện điều đó bằng cách bày tỏ tình yêu theo lẽ thường trong những giai đoạn sau. Nguyên do là vì anh ấy tự hoài cổ hoặc vì muốn làm vừa lòng bạn. Hoặc vì anh ấy nhận ra rằng việc ở bên nhau lâu dài mà không muốn giết nhau là những thành tựu đáng ăn mừng bằng cách... ngồi cạnh nhau trên bờ biển, từ tốn uống từng hớp rượu và nhìn trầm mặc về phía chân trời.

Tin vui thứ 2. Sau khi đến châu Á, một số trai Tây trước đây không biết làm bất cứ hành động hay cử chỉ ga lăng nào huống chi là nói ra ba từ "I love you" một cách thuyết phục, bỗng nhiên trở nên... ga lăng hơn.

Khi đặt chân đến châu Á, họ nhận ra rằng phụ nữ châu Á, nhất là phụ nữ Việt Nam, tưởng tượng đàn ông phương Tây sẽ rất phong độ và ga lăng như trong những bộ phim Hollywood mà họ đã từng xem.

Và hệ quả là: Việc trai Tây tiếp xúc với những ảo tưởng này của gái Ta cũng có thể làm anh ấy nỗ lực biến những ảo tưởng này thành hiện thực.

Khỏi suy nghĩ lại chuyện này nhiều. Nó là một trong số những nghịch lý xen lẫn sự thú vị trong mối quan hệ giữa trai Tây và gái Ta đấy...

Chương 12

Công chúa

Trai Tây đến Việt Nam thường mang theo một danh sách những gì họ không chịu được nữa ở gái Tây. Ba mục đứng đầu danh sách thường là:

- Một số không nhỏ gái Tây đã trở nên quá nam tính hay đánh mất đi sự dịu dàng bí ẩn họ từng có.
- Một số không nhỏ gái Tây càng ngày càng ích kỷ và điều đó ngăn cản họ ân cần với đàn ông và thế giới như xưa.
- Một số không nhỏ gái Tây có làn da sần sùi xám nhạt như xác chết và tóc màu xám nâu như lông chuột.

Theo nhận định này, phụ nữ châu Á nói chung và phụ nữ Việt Nam nói riêng không gặp ba vấn đề trên. Họ hòa nhã, nữ tính và thấu hiểu lòng người. Thêm vào đó, họ còn có làn da mịn màng hay gợi nhớ đến từ "lụa".

Khi trai Tây đến Việt Nam thì họ thường mất khoảng sáu tháng để ảo tưởng về người phụ nữ chững chạc, không toan tính biến mất. Họ gặp phải những phụ nữ Việt Nam tự ti hay quỷ quyệt - có khi là cả hai. Đôi lúc họ cũng gặp phải những phụ nữ Việt chảnh chọe hay điệu đàng hay hơi tự kỷ - có khi là cả ba.

Về cơ bản, trai Tây đến Việt Nam gặp nhiều phụ nữ xem bản thân mình như "bình hoa di động" mà đàn ông có nhiệm vụ nuông chiều - nhiều thể loại "công chúa" khác nhau. Điểm này khiến họ nhận ra có khá nhiều điểm đáng trân trọng ở gái Tây. Chẳng hạn như họ không cần đàn ông chăm sóc họ từng giây từng phút.

Phần lớn gái Tây không ngại đổ mồ hôi.

Đa số họ không sợ ra nắng.

Đi chơi hay đi làm họ đều biết đường hướng rõ ràng như đàn ông.

Số đông họ tự tin thể hiện bản thân. Một số rất ít cần người khác sai bảo mình hoặc chỉ muốn làm vui lòng gia đình mình. Và trong số họ hầu như không có ai ở độ tuổi từ 20 đến 30 mà mất thời gian suy nghĩ ngày đêm về việc "bị ế chồng".

Nói tóm lại, gái Tây KIÊN CƯỜNG, gái Tây MẠNH MẼ, gái Tây HĂNG MÁU.

Gái Tây không phải là CÔNG CHÚA.

Nếu trai Tây là người biết quan sát thì có lẽ anh ấy cũng sẽ nhận ra rằng phụ nữ Việt Nam sau khi lập gia đình và biết kiếm tiền thì bớt công chúa nhiều: họ không thua ai về mặt kiên cường. Thực ra, khi lớn tuổi hơn một chút thì họ không khác phần lớn phụ nữ ở phần còn lại của thế giới. Ngoài gia đình và con cái ra, mối bận tâm chính của họ là công việc, sự thành đạt, sắc đẹp và thời trang. Những điều họ quan tâm khiến họ năng động và khôn ngoan hay phù phiếm và ích kỷ là tùy người.

Nhưng rất có thể trai Tây chỉ nhận thấy các công chúa kiểu Việt yếu đuối như thế nào.

Bạn chắc là đã từng học cấp hai hay cấp ba cùng với nhiều phiên bản khác nhau của "kiểu" con gái này. Kiểu cô gái gắt gỏng lên khi vào phòng không có máy lạnh vì họ lo lắng kem phấn bị chảy. Kiểu cô gái xem chiếc điện thoại smartphone của mình như một cái gương mà họ soi một cách căng thẳng cả ngày. Hay kiểu cô gái có sở thích chính là đi shopping với bạn đồng hành ưa thích là chàng trai ga lăng, sẵn sàng mua tất cả những gì họ mong muốn (và dĩ nhiên là kiêm luôn vai trò của phu khuân vác!).

Hoặc họ là người sẵn sàng dành phân nửa cuộc đời mình để cáu kỉnh công khai về những vấn đề ngoại hình nhỏ xíu. Hay dạng cô gái ước mơ có được người chồng biết nuông chiều vợ, được chuyển sang Thảo Điền rồi sống thoải mái cả đời. Nói chung họ là kiểu cô gái vừa bất lực vừa nóng tính, chỉ có điểm mạnh duy nhất là biết ca thán nặng lời khi những gì xảy ra xung quanh trái với ý mình muốn...

Phải thừa nhận rằng một số trai Tây đã phải lòng một trong số những cô công chúa này, mặc dù anh ấy thừa sức thấy cô nàng không có điểm nào hợp với mình cả. Tiếc là một số công chúa kiểu Việt xinh đẹp đến mức trai Tây có cảm giác sẽ không thể nào sống nổi nếu không được quen họ.

Tuy nhiên, phần còn lại thì cố gắng hết sức để tránh xa các cô công chúa. Những bối rối ban đầu đối với những phụ nữ mạnh mẽ bị họ bỏ lại ở phương Tây dần dần phai mờ khi họ nhận ra kiểu gái Việt thực sự hợp với họ - kiểu cô gái Việt Nam có tính độc lập và kiên định của gái Tây đi với một cái gì đó rất Việt Nam.

Một điều may mắn cho các trai Tây là giới nữ Việt Nam ngày càng có học thức, biết phát huy khả năng, tận hưởng cuộc sống và thể hiện bản thân mình trong thế giới rộng lớn.

Vì vậy, số phụ nữ Việt Nam hội đủ các yếu tố này ngày càng tăng.

Và điều may mắn cho các cô gái Việt là có khá nhiều cách đơn giản để bạn không hành xử như một công chúa, giúp bạn lọt vào tầm ngắm của một trai Tây hấp dẫn. Nếu bạn kiên trì thực hành thì về lâu dài bạn có lẽ KHÔNG CÒN LÀ CÔNG CHÚA NỮA, ngay cả khi bạn lớn lên với phong cách hơi "quý tộc"...

Thời tiết và hoạt động thể chất

Việt Nam có khí hậu nhiệt đới cho nên phần lớn gái Việt không có hứng tắm nắng là chuyện dễ hiểu. Nhưng bạn có thực sự cần mặc mấy lớp bảo vệ da khi đi ra ngoài vào ban ngày không? Mùa khô bạn có cần làm như thể băng qua đường buổi trưa mà không có dù thì bạn chắc chắn sẽ là bà già nhăn nheo trong hai, ba năm nữa không?

Điều tương tự - mùa mưa bạn có cần ra vẻ như sắp bị cảm nặng (hay sắp làm hư kiểu tóc đẹp rạng ngời) nếu phải đi dưới mưa trong chốc lát?

Hơn nữa, cái tủ đầy kem làm trắng da của bạn có thực sự tốt cho da bạn không? Bạn đã biết rằng đại đa số trai Tây không quan tâm tí nào đến việc da bạn trắng như tuyết, vàng như mật ong hay nâu như sông Sài Gòn. Phần lớn họ kết luận rằng những sản phẩm này không hiệu quả và đã được khoa học chứng minh. Nếu như các loại mỹ phẩm thực sự tẩy trắng da bạn về lâu dài thì chúng chắc chắn đã gây bệnh nặng rồi.

Để không bị xem là một công chúa lười biếng - bạn thử đăng ký tập gym đi. (Trong suy nghĩ của đàn ông phương Tây, những người biết tự trọng đều là thành viên của một phòng gym.) Hay tốt hơn nữa - bạn cứ đăng ký học bơi. Bạn không có cái vẻ bồn chồn lo lắng khi đứng trước một vùng nước, vốn khá nhiều ở Việt Nam tức là đã có cách làm mình nổi bật giữa đám đông những công chúa không chống thấm nước bình thường. Bạn biết bơi 10 vòng buổi sáng trước khi đi làm thì bạn đã đạt đến đỉnh cao nhất của tư tưởng Tây phương hiện đại rồi. Muốn ghi thêm điểm thì học bơi sải. (Bị không điểm nếu chỉ biết bơi kiểu cún.)

Đi ăn, gặp nhau

Bạn hẹn hò ở nhà hàng với trai Tây thì cứ chủ động gọi món. Đừng đợi anh ấy gọi món bằng tiếng Việt chỉ vì theo tưởng tượng "công chúa" của bạn, một đàn ông đích thực phải làm tất cả để người phụ nữ được sung sướng. Bạn với anh ấy mới làm quen và anh ấy muốn ăn quán vỉa hè với bạn thì đừng nhăn nhó khó chịu. Người phương Tây ở Việt Nam thường có ý nghĩ lạ lùng là nhiều thức ăn đường phố ngon hơn hẳn những món pasta dở tệ được phục vụ ở những nhà hàng Ý dỏm ở quận 1...

Nếu bạn cho rằng một cuộc hẹn hò với trai Tây chỉ thật sự lãng mạn khi tiêu tốn ba triệu đồng để được phục vụ bởi những người bồi bàn lăng xăng mặc đồng phục lòe loẹt lỗi thời, thì bạn có thể đã mắc những vấn đề về đặc điểm "công chúa" cần giải quyết.

Hẹn hò với anh ấy xong, một cử chỉ tiến bộ, đặc biệt là trong trường hợp anh ấy mới đến Việt Nam là chở anh ấy về. Nếu có bất cứ dấu hiệu nào cho thấy anh ấy không biết phải để tay ở đâu trên đường đi thì bảo anh ấy nắm "backbar" phía sau. (Từ "backbar" của tiếng Anh có cái gì đó bí ẩn khôn tả.) Anh ấy vẫn có vẻ muốn lợi dụng thời cơ để ôm bạn thì hãy thử nói câu tiếng Anh này với anh ấy: "No funny business, Mr." ("Đàng hoàng nghe!") Bị mắng với giọng mỉa mai BẰNG TIẾNG MẸ ĐẺ CỦA MÌNH có thể khiến anh ấy bị cảm nắng ngay lập tức. Bạn cứ thử xem.

Mặt khác, nếu bạn có ý định hẹn cùng anh ấy thì phải biết đường xá. Bạn hãy học xem bản đồ và tìm ra những địa điểm thú vị để cùng dạo phố. (Không có gì làm một trai Tây lúng túng hơn là cảm giác cô nàng duyên dáng anh ấy bắt đầu thấy thích biết ít hơn anh ấy về thành phố mà anh mới chuyển đến.)

Hẹn nhau xong, đừng gọi điện cho anh ấy sau khi bạn đã trễ 15 phút để yêu cầu anh ấy chỉ đường cho bạn. (Bạn cứ thử nghĩ xem. Anh ấy cố gắng phát âm TÊN CỦA BẠN BẰNG TIẾNG VIỆT thì đã gặp rắc rối rồi. Tất cả các dấu trong cụm từ "Đường Nguyễn Hữu Cảnh" sẽ hoàn toàn vượt quá khả năng của anh ấy.)

Nói chung, bạn cứ tự lo liệu những vấn đề nhỏ. Đừng trông mong anh ấy nhanh chóng lo liệu được mọi thứ. Nói chung đừng để mình rơi vào tình trạng vô lý mà nhiều gái Việt tự sa vào khi hẹn hò với trai Tây: về nhà với cảm giác thất vọng vì anh ấy không giải quyết mọi trục trặc giùm bạn.

Anh ấy không làm như thế vì theo cách suy nghĩ phổ biến ở phương Tây, một phụ nữ biết tôn trọng bản thân sẽ muốn tự lo liệu những vấn đề nhỏ xíu.

Đối với phần lớn trai Tây, một phụ nữ trưởng thành phải biết tự mua một chai nước suối khi trời nóng và cô ấy khát. Kiểu phụ nữ duy nhất mà thích đàn ông mua giùm, gói lại rồi quỳ xuống tặng cho thì chắc chắn là đã mắc bệnh công chúa.

Mở rộng thị hiếu về âm nhạc

Phần lớn trai Tây ở Việt Nam thấy âm nhạc địa phương hơi khó nghe vì nhiều lý do.

Thứ nhất là vì nó làm đảo lộn cảm giác hài hòa trong âm nhạc. Thứ đến là vì nó có vẻ yếu đuối. Khoảng một phần tư nhạc Vpop nói đến chủ đề của những bản nhạc pop cổ điển phương Tây một cách hơi nhạt nhẽo - việc vui chơi, ăn nhậu, nổi loạn có chừng mực. Còn ba phần tư còn lại thì nói về tình yêu, chia tay và sự xa cách. Ở phạm trù âm nhạc truyền thống, những cảm xúc mơ hồ được gợi lên bởi hình ảnh đẹp đẽ của quê hương (việc nhớ về chúng khiến bạn chỉ muốn trùm chăn lại và khóc, vv...). Bất kể những bản nhạc này làm cho bạn cảm động như thế nào thì từ góc nhìn của một trai Tây chúng RẤT YẾU ĐUỐI.

Những chủ đề chính mà nhạc trẻ Việt Nam không nói đến là cảm xúc tiêu cực mà nhạc rock cổ điển của phương Tây biểu lộ từ tận những năm 1960: sự buồn tẻ và giận dữ, sự khác biệt và ham muốn tình dục mà hầu như phần lớn giới trẻ phương Tây cảm thấy khi nhìn ra thế giới. Mặc dù nhạc trẻ Việt Nam thỉnh thoảng làm nổi bật hình ảnh người phụ nữ trở nên mạnh mẽ sau khi chia tay hay lâu lâu nổi hứng ăn chơi bất cần, nhưng nó ít khi đề cao người phụ nữ táo bạo muốn xây dựng phong cách sống cá nhân hay nói thẳng những gì họ căm ghét ở ngoài đời.

Vì vậy, bạn hãy cởi mở với loại nhạc phương Tây có "chất" hơn. (Ok Computer của Radiohead, Lemonade của Beyoncé và các bài hát của David Bowie là ba điểm xuất phát không tệ.) Và hãy nhận thức âm nhạc Việt Nam sâu sắc hơn bài "Chắc ai đó sẽ về". Nghe thử Nguyễn Khang và Trần Thái Hòa. Khám phá Mỹ Tâm và Lê Cát Trọng Lý. (Nếu bạn trai Tây của bạn hơi hoài cổ thì hãy cho anh ấy nghe Trịnh Công Sơn. Anh ấy ít ra sẽ có nhạc để nghe cùng với bố bạn!)

Khi đi chơi với trai Tây, bạn đừng tỏ ra quá thích thú với bài hát có giai điệu chậm, buồn và sến của các ngôi sao Hàn Quốc với mái tóc đầy nữ tính và đôi mắt ngấn lệ.

Đối với trai Tây, những ca sĩ Hàn kiểu này nhìn và nghe YẾU ĐUỐI KINH KHỦNG. Gái Việt mà ngưỡng mộ họ cũng vậy.

Vẻ bề ngoài

Cuối cùng, cho dù bạn làm gì đi nữa, tránh những nhận xét kiểu công chúa về ngoại hình mình, trên facebook và khi gặp trực tiếp. Hãy lưu ý rằng đối với trai Tây, cô gái nói liên tục về việc giảm cân nghe rất lố bịch. (So với gái Tây, phần lớn gái Việt khá ốm rồi.) Gái Việt than thở về thân hình nhỏ thó của mình cũng vậy. (Phần lớn trai Tây không quan tâm.) Các bạn than thở về cái mũi thấp hay bộ ngực lép thì... cũng vậy thôi. Thực tế lên các bạn! Hai người bắt đầu có tình cảm với nhau thì một cái mũi thấp được coi là dễ thương và bộ ngực nhỏ cũng có nét gợi cảm riêng. Đối với trai Tây chuyện là vậy.

Đừng nghi ngờ gì nữa: trai Tây có cách suy nghĩ thoáng về vẻ đẹp ngoại hình - như bạn đã biết từ chương về sắc đẹp. Trong suy nghĩ của những trai Tây tinh tế, chỉ có một loại phụ nữ tệ hơn một phụ nữ chỉ biết suy nghĩ về sắc đẹp của mình 24 trên 24. Đó là kiểu phụ nữ yêu ghét lẫn lộn với ngoại hình của mình và lúc nào cũng muốn đề cập về nó với người xung quanh. Đó là dấu hiệu của một công chúa. Nói KHÔNG với nhân vật này thì bạn có cơ hội tốt thu hút (và giữ) sự chú ý của kiểu trai Tây đáng để làm quen.

Chương 13

Dễ thương quá

Một số điều khá hay ho xảy đến với trai Tây khi họ sang Việt Nam. Họ phải lòng với những ấn tượng đầu tiên. Không phải với hình ảnh người phụ nữ Việt Nam nữ tính, hòa nhã ở đầu chương trước mà là một hình ảnh khá khác biệt.

Những phụ nữ Việt Nam đầu tiên họ thường gặp là tiếp viên hàng không, của hãng hàng không Vietnam Airlines chẳng hạn. Không cần phải nói: tiếp viên hàng không là nhân vật khá phổ biến trong trí tưởng tượng của đàn ông vì họ cao ráo, có vẻ ngoài dễ nhìn và làm việc sát bên hành khách nhiều giờ đồng hồ. Thế nhưng tiếp viên hàng không Việt Nam chạm đến thế giới tưởng tượng của đàn ông một cách khá đặc biệt. Trong khi công việc của tiếp viên hàng không khắp thế giới là nở nụ cười duyên dáng và giúp đỡ hành khách khi cần - vừa gợi cảm vừa đúng mực - tiếp viên hàng không Việt Nam mặc một bộ đồng phục là chuẩn mực của hai yếu tố khá mâu thuẫn đó. Họ mặc áo dài.

Lần đầu tiên đến Việt Nam, trai Tây có lẽ chưa bao giờ nghe hai từ "áo dài" thốt ra từ miệng người Việt nào. Khi lên máy bay, anh ấy bị mê hoặc ngay bởi những tà lụa phất phơ của các cô tiếp viên. Từ xa anh ấy nhìn thấy một dáng đi uyển chuyển, khoan thai. Đến gần anh ấy nhìn thấy vòng eo ẩn hiện ở hai bên tà áo. Điều mà cách cư xử lẫn cách ăn mặc của tiếp viên hàng không Vietnam Airlines gợi lên là vẻ đẹp kỳ lạ cộng với phong cách làm việc chuyên nghiệp và nghiêm khắc. Ta hãy nói theo cách này - khả năng trai Tây đã say mê trước khi hạ cánh là khá cao.

Sau khi máy bay thực sự hạ cánh thì có một nhóm phụ nữ Việt Nam khác mà anh ấy được nhìn từ cự ly gần - một sự kết hợp giữa băng và lửa khác - đó là viên chức hải quan Việt Nam. Từ góc nhìn của một trai Tây, đây không phải là viên chức hải quan bình thường mà là một viên chức có sứ mệnh về mặt chính trị. Là người mang tư tưởng rất tiến bộ nên trai Tây đã chờ làm thủ tục nhập cảnh với cảm giác vừa sốt ruột vừa thích thú. Việc nhập cảnh vào một đất nước theo chủ nghĩa xã hội với tư cách là công dân của một nước tư bản hình thành một cảm giác lạ lùng - vừa huyền bí vừa hấp dẫn - nhất là đối với người Việt Nam nghiêm nghị đang kiểm tra hộ chiếu. Nếu đó lại là phụ nữ - trong bộ quân phục tề chỉnh chải chuốt... có thể nói việc đi du lịch nước ngoài chưa bao giờ khiến trai Tây thấp thỏm, lơ lửng như vậy.

Nhận định cụ thể ở đây là gì? Nó mang nghĩa là phụ nữ Việt Nam vừa thanh lịch vừa có khả năng tự chủ rất cao. Một mặt, họ biết kiềm chế cảm xúc của mình. Mặt khác, họ biết bắt tay vào công việc hàng ngày một cách tự nhiên. Như cách nhìn về sự nữ tính và hòa nhã đã nói đến ở chương trước, nhận định này càng quyến rũ bởi cách suy nghĩ nông cạn về phụ nữ phương Tây mà trai Tây mang đến Việt Nam. Phụ nữ phương Tây hiện đại là những người quá dễ xúc động - điều đó là chắc chắn. Họ thích nói về bản thân, nhất là về những điều làm họ bực mình, một cách nhiệt tình đến mức chỉ có một từ duy nhất để diễn tả những đặc tính này là... nam tính.

Đại khái là thế này: nếu trai Tây muốn thực sự phải lòng Việt Nam thì anh ấy phải chia tay với những nhận định ban đầu trong chuyến bay và ở khu nhập cảnh. Phần thứ hai của quá trình này, việc từ bỏ những điều đó, sẽ diễn ra vào khoảng sáu tháng tiếp theo. Ảo tưởng của trai Tây về phụ nữ Việt Nam càng bị tan vỡ vì anh ấy càng thấy rõ ràng là:

- Đường phố Việt Nam bình thường hoàn toàn không đầy ắp nữ tiếp viên hàng không, nữ quân nhân hay nhân vật gợi cảm nào khác nữa để khiến anh ấy có cảm giác như mình đang ở trong một bộ phim James Bond.

  Thay vào đó chúng đầy hình ảnh những người phụ nữ mặc đồ bộ, một số quát tháo dữ dội đến mức anh ấy tưởng họ sắp ẩu đả.

- Lý do mà nhiều phụ nữ Việt Nam lạnh lùng trước anh ấy là BỞI VÌ anh ấy là người đàn ông phương Tây. Thật bi kịch! Vẻ đẹp thanh lịch và tự chủ không phải là bản chất của phụ nữ Việt. Nó là một chiếc mặt nạ được phụ nữ Việt ngụy trang khi gặp người khác, đặc biệt là những người đàn ông phương Tây xa lạ.
- Đường phố Việt Nam THỰC SỰ đầy ắp những cái gì đó mà chúng không chỉ mâu thuẫn với lý tưởng thanh lịch và tự chủ mà còn hoàn toàn làm nó nổ tung: sự dễ thương được cố tình thổi phồng của những cô gái Việt Nam trẻ tuổi.

Anh ấy mới phát hiện ra đa số phụ nữ Việt không phù hợp với những nhận định sẵn có. Và giờ đây anh ấy còn nhận ra là phân nửa số nữ giới Việt Nam dưới 30 tuổi đang CỐ TÌNH TẠO NÊN một hình ảnh HOÀN TOÀN TRÁI NGƯỢC với những nhận định ban đầu mà anh ấy đã phải lòng.

Chào mừng đã đến với thực tế phũ phàng này hỡi các chàng trai. Cái thực tế mà hàng triệu cô gái Việt sở hữu những bộ sưu tập gấu bông, dành thời gian rảnh rỗi để chụp hình chu môi kiểu "miệng cá" với mục đích chính là muốn tỏ ra mình là những người nhí nhảnh và cởi mở mà không sợ bị xem là... "không có não".

Chúc mừng bạn Tây đã đến với:

Mái tóc kiểu trẻ con,

Các hình thức giải trí trẻ con,

Sở thích âm nhạc xoay quanh hai chủ đề chính là:

Niềm vui nhạt nhẽo của việc yêu trai và đi chơi (hay còn gọi là "dễ thương kiểu nhảy cỡn"),

Nỗi buồn nhạt nhẽo của tình yêu đơn phương và sự chia tay (hay còn gọi là "dễ thương kiểu sướt mướt"),

Những tư thế cực kỳ dễ thương khi chụp ảnh là mấu chốt của một phong cách sống dễ thương:

Cách giơ hai ngón tay trước camera có phần ngớ ngẩn,

Cách chụp hình làm "mặt cá",

Cách dùng tay để tạo hình trái tim khi chụp ảnh,

Cách chụp ảnh cùng những phụ kiện hình trái tim bao gồm đồ ăn,

Cách âu yếm gấu bông khi chụp ảnh,

Cách "cưỡi" những con thú thật khi chụp ảnh,

Cách chụp ảnh "cải trang" thành những con vật đáng yêu,

chưa kể đến: Việc chụp ảnh nhóm với tư thế "siêu dễ thương",

Hay: Việc cố tình "hoạt hình hóa" vẻ bề ngoài vốn đã xinh xắn, dễ thương.

Có lẽ trai Tây đã tạm biệt Tây phương với một vài định kiến về gái Tây. Sau khi đến phương Đông, anh ấy thấy có một vài điều gái Tây hiểu mà anh ấy đã không công nhận.

Thứ nhất là dễ thương quá mức sẽ tỷ lệ nghịch với sự nóng bỏng. Thứ hai là sức hút giữa hai người lớn khó hình thành nếu một trong hai người hành động hay nói chuyện như một đứa trẻ.

Ngoài ra còn một vấn đề sâu xa hơn nữa. Không phải ở chỗ là gái Ta muốn "hoạt hình hóa" vẻ bề ngoài của họ. Mà họ đã hoạt hình hóa cả tâm hồn.

Dĩ nhiên là trai Tây cũng có những thói quen hay quan điểm đã bị "hoạt hình hóa" một chút. Từ góc nhìn của họ, không có gì sai biệt với hoạt hình về bản chất. Vấn đề nằm ở chỗ - những cô gái Việt muốn có tâm hồn của những nhân vật hoạt hình không mấy thú vị; nhiều khi thị hiếu của họ không vượt qua nổi những phim hoạt hình dễ thương mà Hollywood làm cho trẻ em bảy tuổi. Bộ phim Happy Feet tóm tắt lại nhân sinh quan của họ. Còn trai Tây thì thích những loại phim hoạt hình khác hẳn. Trong đó, nhân vật nam và nữ giễu cợt nhau, không ai đối xử quá tốt với ai và "nhân sinh quan dễ thương" được mỉa mai từ khi mở màn cho đến lúc hạ màn.

Nếu anh ấy muốn phải lòng Việt Nam thêm lần nữa sau nỗi thất vọng ban đầu thì anh ấy phải biết từ bỏ những nhận định ban đầu, bất chấp sự dễ thương ở khắp mọi nơi.

Nếu bạn muốn anh ấy PHẢI LÒNG BẠN thì anh ấy phải đi trên con đường kết hợp hình mẫu thanh lịch lý tưởng và thực tế nhí nhảnh có phần thái quá.

Nói cách khác - nếu bạn muốn anh ấy yêu bạn thì bạn nên giúp chàng trai ấy một chút: bạn hãy dẹp bỏ bộ sưu tập gấu bông, chụp ít hình tự sướng hơn.

Nói tóm lại, bạn phải giảm đi những hành động được người ta coi là dễ thương đang lan rộng ở Việt Nam ngày nay.

♥

Chúng ta hãy xem xét kỹ những gì bạn phải làm:

- Lựa chọn kỹ bộ ảnh trên facebook. Xóa tất cả tấm hình bạn "làm mặt cá".
- Dọn dẹp kỹ tủ quần áo của bạn. Bỏ phần lớn áo thun màu hồng nổi bật và tất cả giày dép cao gót. Bạn hãy mặc thử những chiếc áo sơ-mi hở cổ, áo khoác jean, áo khoác da - trước hết mặc thử màu đen. Nếu hẹn hò với trai Tây 30 tuổi trở lên thì bạn thử làm ngược lại hoàn toàn với "dễ thương": mặc đồ công sở đến buổi hẹn. Từ góc nhìn một trai Tây "trưởng thành", không có gì tạo ấn tượng về một phụ nữ chín chắn và quyến rũ hơn là một bộ đồ đơn giản với váy và áo vét.

  Khi hẹn hò với trai Tây, bạn không cần ăn mặc như một bà già. Ở Tây lẫn ở Ta số đàn ông ngồi bình tĩnh đối diện một cô gái đẹp mặc quần soóc siêu ngắn là khá ít. Nhưng đối với một trai Tây tinh tế, chiếc áo đầm ôm đơn giản cũng có hiệu quả không kém.

- Đừng rủ anh ấy đi xem bộ phim Minions. (Đừng hành động như một con Minion.) Và đừng nghiện nhạc Vpop hay Kpop nữa. Playlist của bạn phải có một số bài hát có chiều sâu hơn, như đã nói ở chương trước. Hoặc bạn thử hành động hoàn toàn ngược lại với "dễ thương" một lần nữa: đọc một cuốn sách và bắt chuyện với trai Tây về nó.

- Khi bạn đã bước vào giai đoạn hẹn hò rồi, ĐỪNG BAO GIỜ bảo anh ấy mua gấu bông cho bạn, ĐỪNG BAO GIỜ nhõng nhẽo đòi anh ấy mua áo thun đôi và ĐỪNG BAO GIỜ nhảy cẫng lên sung sướng khi nói về shopping hay makeup.

- Và đừng sợ - bạn không cần vứt bỏ nét dễ thương bẩm sinh của bạn, bạn chỉ cần để nó trong dấu ngoặc kép. Nếu có khả năng tái hiện những gì mà các cô gái Việt Nam dễ thương làm với phong cách riêng độc đáo - cách làm cho sự dễ thương có cá tính hơn một chút - thì việc bạn muốn gây ấn tượng với trai Tây sẽ rất hiệu quả.

Bạn không cần phải xóa bỏ hoàn toàn cái dễ thương vốn có. Chỉ cần tránh bắt chước những gì các bạn gái và phân nửa cư dân mạng xã hội làm. Hãy dễ thương theo cách mà không làm trai Tây nghĩ rằng đối với bạn dễ thương là bắt buộc. Tuyệt đối tránh gây ấn tượng rằng cuộc sống của bạn không có sắc thái nào khác cả.

Một phần quan trọng trong việc hẹn hò trai Tây là thích nghi với phong cách hài hước kiểu phương Tây, đặc biệt là cách ăn nói châm biếm khác nhau được ưa chuộng bởi những trai Tây khác nhau. Kiểu mỉa mai nặng nề của trai Mỹ khác hẳn tính hài hước "kiềm chế" của trai Anh. Kiểu hài hước đen tối của trai Đức và Thụy Điển khác chút ít kiểu vừa tục vừa khó nhận ra của trai Úc.

Điểm chính là thế này: khi ở Việt Nam, một trong những điều trai Tây thích chọn làm tâm điểm của các câu chuyện đùa là bề ngoài quá dễ thương. Thứ đến là tâm hồn quá dễ thương: xu hướng cười khúc khích hay mau nước mắt về mọi thứ.

Đây là hai điều mà trai Tây nghĩ sẽ không bao giờ cảm nhận được từ nữ tiếp viên hàng không chuyên nghiệp và nữ viên chức hải quan lạnh lùng.

Những điều này có thể chỉ là ảo giác thôi. Nhưng nếu bạn muốn hẹn hò với anh ấy thì phải khám phá sự lạnh lùng và nồng nhiệt của riêng bạn, là hai điểm mấu chốt trong tâm hồn những người phụ nữ Việt đã đóng dấu chắc nịch vào hộ chiếu rồi nhìn chằm chằm khi anh ấy rời quầy nhập cảnh...

Chương 14

Già rồi sao?

Tuổi thanh xuân của một cô gái trẻ Việt Nam có năm mốc lớn mà cô ấy đi ngang qua rất nhanh:

19 - độ tuổi mà một cô gái có khả năng giết đàn ông chỉ bằng việc mặc quầnsoóc siêu ngắn.

22 - độ tuổi mà một cô gái phải có mối quan hệ vững chắc

26 - độ tuổi mà một cô gái phải lấy chồng (tốt nhất là lấy anh chàng đã hẹn hò từ năm 22 tuổi)

29 - độ tuổi mà một cô gái phải đã sinh được đứa con đầu lòng. Hơn nữa, đây cũng là độ tuổi mà cảm giác lo

sợ bắt đầu tràn ngập đối với những cô đã vượt qua ba mốc trước đó mà vẫn chưa có được một mối quan hệ bền vững.

Ở phương Tây có trò chơi để lộ điều cốt lõi trong tình huống cuối cùng này. Đó là trò chơi hết sức đơn giản mang tên "musical chairs", trong đó một số X người đi vòng quanh một bộ ghế bao gồm (X - 1) chiếc trong tiếng nhạc rồi ngay khi nhạc ngưng mọi người cố gắng ngồi xuống một chiếc ghế.

Điểm tương đồng giữa cuộc đời của một phụ nữ Việt Nam gần 30 tuổi với trò chơi musical chairs là gì? Phụ nữ Việt Nam khi gần 30 tuổi sẽ cảm thấy như nhạc sắp ngừng lại. Nếu họ là một trong số những người phụ nữ độc thân "còn sót lại" thì phải làm theo gương những người chơi musical chairs - họ phải giành nhau chỗ ngồi. Đó là vì mốc thứ năm trong cuộc đời của phụ nữ Việt đang nhanh chóng đến gần:

30 - độ tuổi mà một cô gái Việt Nam chưa lập gia đình chính thức được gọi là không còn chỗ ngồi. Độ tuổi mà một cô gái Việt Nam "đang đứng" bị xem là "ế".

Tất nhiên là cũng có ngoại lệ nhưng số này khá ít. Một số cô gái lập gia đình ở tuổi 35, thậm chí là 38. Một số khác tận hưởng cuộc sống độc thân, không quan tâm đến chuyện chồng con. Nhưng mấu chốt ở đây là: số ít này vẫn không khỏi khiến đại đa số các cô gái gần đến tuổi 30 lo sợ thất bại vì không thể kiếm được một anh chồng ở tuổi "đúng thì".

Tuy nhiên, 30 tuổi cũng là một cột mốc đặc biệt vì một lý do khác nữa. Trong suy nghĩ của người Việt, một người phụ nữ ngoài 30 tuổi được cho là đã "bắt đầu già đi". Trên 30 tuổi thì phụ nữ Việt Nam hiếm khi coi mình là còn trẻ. Và việc cô ấy không còn trẻ sẽ đồng nghĩa với việc cô ấy không còn đẹp. Đó là quy luật, gần như là nguyên tắc toán học: 30 tuổi = bắt đầu về già = không còn đẹp nữa. Nói một cách khác - người Việt có cách suy nghĩ THẢM HỌA về sắc đẹp. Quan điểm chung của họ là cứ sau 30 tuổi, nhan sắc của phụ nữ sẽ xuống dốc không phanh. Và tốc độ đó nhanh đến mức chỉ trong vòng vài năm sau đó, toàn bộ "vốn liếng" sẽ mất sạch.

Dĩ nhiên là, số phận đen đủi nhất của một phụ nữ là vừa già vừa không đẹp, còn bị ế nữa.

Nhưng phụ nữ già và không còn đẹp thì cũng thê thảm chẳng kém bao nhiêu – theo suy nghĩ của nhiều phụ nữ Việt.

Và THEO ĐỊNH NGHĨA ĐÓ, phụ nữ Việt Nam cứ ngoài 30 tuổi thì bị cho là già. Mà đã già rồi thì không thể đẹp được.

Có lẽ tôi nói hơi quá một chút. Cũng có thể ở đây có những ngoại lệ mơ hồ.

- Một số phụ nữ Việt Nam ngoài 30 vẫn giữ được "nét duyên ngầm". Thực tế là đàn ông Việt Nam không phủ nhận rằng có những người phụ nữ đã 35 hay 45, thậm chí là 55 vẫn còn nét hấp dẫn. Nhưng nét hấp dẫn ấy không thấm vào đâu so với sự hấp dẫn tươi trẻ đầy sức sống của một cô gái 19, 20 tuổi mặc quần soóc siêu ngắn. Đàn ông Việt nghĩ vậy.

- Cũng có một số không ít phụ nữ nổi tiếng biến tên tuổi của mình thành một thứ sắc đẹp vượt thời gian. Nhưng thực lòng, người Việt Nam luôn đặt dấu hỏi về những người phụ nữ tự cho rằng mình vẫn nhận được sự thu hút như thuở còn đôi mươi dù đã ngoài 30 tuổi. Và họ cũng có cùng nghi vấn đó đối với những cô nàng ngoài 30 đã trải qua phẫu thuật thẩm mỹ, tập gym hay dùng hàng độn.

- Ngoài ra, cũng có một số ít phụ nữ mà theo thị hiếu được gọi là "đẹp đứng tuổi". Việc so sánh những hotgirl 19 với phụ nữ "đẹp đứng tuổi" hơi khập khiễng. Nhưng một điều chắc chắn là một phụ nữ Việt Nam đẹp đứng tuổi không chủ động dùng nhan sắc của mình ĐỂ HẤP DẪN ĐÀN ÔNG. Đối với đàn ông Việt, một phụ nữ đẹp đứng tuổi là bình thường. Còn một phụ nữ SEXY đứng tuổi thì... hơi ghê.

Bây giờ hãy so sánh tình trạng này ở phương Tây với ở Việt Nam.

Một điều hiển nhiên là người phương Tây cũng đánh giá cao vẻ đẹp năng động của những chiếc quần soóc cá tính. Nhưng cách đánh giá về sắc đẹp vẫn khác. Ở Tây tuổi trẻ ĐI ĐÔI VỚI sắc đẹp. Nhưng nó không phải là ĐIỀU TỐI CẦN THIẾT.

Điều kỳ lạ ở các nước phương Tây là 30 không phải là "dấu chấm hết" của tuổi trẻ. Một bà mẹ 38 tuổi ở phương Tây - dù đã có hai đứa con gái tuổi teen - thì vẫn không có quan niệm là mình sắp già hay đã già. Còn phụ nữ 28 tuổi chưa chồng mà tưởng mình già hay sắp già rồi bị coi là có vấn đề về thần kinh.

Điều kỳ lạ hơn nữa là đối với một bộ phận người phương Tây có tầm nhìn rộng thì phụ nữ ở TẤT CẢ CÁC ĐỘ TUỔI đều có thể có nét đẹp riêng. Vì thế một phụ nữ 35 tuổi có thể có nét đẹp riêng của độ tuổi 35 - một loại nhan sắc KHÁC VỚI nhan sắc của một cô gái 25 tuổi mà ĐẸP KHÔNG KÉM. Điều này cũng tương tự với phụ nữ 45 hay 55 tuổi.

Hơn nữa, phụ nữ phương Tây không có quan niệm họ phải cưới trước tuổi 30 và điều này cũng liên quan đến nhận thức về tuổi tác và sắc đẹp của họ. Gái Tây không có những suy nghĩ thảm họa về nhan sắc của mình khi bước qua tuổi 30. Vì thế, họ sẽ không băn khoăn liệu họ còn đủ đẹp để kiếm chồng trước khi cán mốc này hay không.

Vì không sợ sẽ xấu đi khi không còn vẻ tươi tắn hồi sinh viên nên họ dành thời gian giữa độ tuổi 20 và 30 để trau dồi vẻ đẹp vốn có của họ.

Đến tận 30 họ có thần thái đẹp hơn so với tuổi 20.

Họ tự tin vì hiểu rằng cuộc sống còn nhiều thứ đáng mong muốn hơn ngoài việc sinh con.

Họ hiểu rằng họ đang muốn gì ở một người đàn ông và họ đủ can đảm để chờ cho đến khi tìm được một người đàn ông có những điều đó.

Họ dần dần cảm thấy thoải mái hơn về thân thể và bản thân mình, một phần là vì họ đã có trải nghiệm tình dục và có cách nhìn nhận tích cực về nó.

Họ tìm cách ăn mặc quyến rũ nhưng không làm quá. Họ không rơi vào bẫy mà ngành công nghiệp làm đẹp đặt ra cho phụ nữ Việt Nam. Theo đó nếu có "hàng" thì phải lộ, nếu có tiền thì phải khoe - bằng cách ăn mặc và trang điểm lòe loẹt nhất có thể.

Tất nhiên một số phụ nữ ở phương Tây cũng có gu thẩm mỹ khá tệ (ở Mỹ nhiều hơn ở châu Âu) nhưng phần lớn họ hiểu rằng:

- Việc trang điểm quá đậm có thể khiến phụ nữ trông lố bịch như thằng hề.
- Bộ cánh quá lộng lẫy có thể che mất đi, thậm chí

là phá hỏng thân hình đẹp tự nhiên hoặc dáng đi đứng khoan thai vốn có.

Nói tóm lại, gái Tây hiểu rõ việc lạm dụng quá nhiều phụ kiện, son phấn, thời trang có thể làm giảm vẻ đẹp toàn diện của tuổi trung niên như thế nào.

Phải thừa nhận rằng, thỉnh thoảng cách định nghĩa lại tuổi tác một cách tích cực hơn chỉ có nghĩa là giai đoạn kết thúc trò chơi musical chairs ở gái Tây sẽ diễn ra sau gái Ta 10 năm. Chuyện sốt sắng lập gia đình hay nỗi tuyệt vọng khi mãi chưa kiếm được người ưng ý vẫn xảy ra ở phương Tây. Tuy nhiên, gái Tây lo chuyện đó muộn hơn, có phần khôn ngoan hơn và bình tĩnh hơn.

Đối với nam giới phương Tây, việc định nghĩa lại tuổi tác và trì hoãn việc lập gia đình cũng có một số kết quả nhất định (cả tích cực lẫn tiêu cực):

Về mặt tích cực, họ có cái nhìn tiến bộ, cởi mở hơn về sắc đẹp. Nói chung, trai Tây cảm nhận được vẻ đẹp ở từng độ tuổi của phụ nữ. Họ không bị mê hoặc bởi quần soóc siêu ngắn như trai Ta.

Chuyện vợ của Thủ tướng Pháp lớn hơn chồng mình 24 tuổi không khiến nhiều người phương Tây đàm tiếu như ở Việt Nam. Vẻ đẹp chững chạc của "phụ nữ đứng tuổi" có sự hấp dẫn riêng đối với một số trai Tây. Nó đơn thuần là thực tế cuộc sống đối với hầu hết trai (và gái) Tây.

Về mặt tiêu cực là sự bỡn cợt của họ trong các mối quan hệ tạm bợ. Bạn hãy suy nghĩ xem. Phụ nữ phương Tây càng trì hoãn không muốn kết hôn quá sớm thì đàn ông phương Tây càng có thể kéo dài cuộc sống độc thân. Nói cách khác, đàn ông có cơ hội "duy trì" tình trạng độc thân cả hai thập niên sau khi vào đời. Hậu quả tất yếu là một số đàn ông sẽ biến lối sống độc thân thành một thói quen - hay nói đúng hơn là một tật xấu. Điều này làm tăng số trai Tây chơi bời - đến Việt Nam chủ yếu để có thêm mối quan hệ bừa bãi họ từng có từ hồi học cấp ba.

Họ chính là những đàn ông phương Tây mà bạn cần đề phòng; những trai Tây tưởng trò chơi "musical chairs" không bao giờ kết thúc...

♥

Bây giờ chúng ta hãy thử áp dụng quan điểm phương Tây nói trên vào Việt Nam.

Hãy hình dung một trai Tây với quan điểm thông thường (cũng tiến bộ, cũng cởi mở) đóng một vai diễn trên sân khấu tình yêu Việt Nam.

Khi đến Việt Nam, một trong số những điều khiến trai Tây ngỡ ngàng là có một số lượng lớn phụ nữ gần độ tuổi 30 hoảng sợ vô cớ vì chưa lập gia đình (ít nhất từ góc nhìn anh ấy).

Cái thứ hai khiến anh ấy ngỡ ngàng không kém là một số lượng không nhỏ phụ nữ - ở tất cả các độ tuổi - thấy mình đã già và xấu, mặc dù trong mắt anh ta họ vẫn đang cực kỳ hấp dẫn: những cô gái 28 cư xử như thể nhan sắc của mình đã bắt đầu tàn phai hay những phụ nữ 35, 45 cứ cho rằng nhan sắc của họ ĐÃ TÀN PHAI RỒI mà không hề nhận ra rằng càng lớn tuổi họ CÀNG ĐẸP MẶN MÀ.

Những vấn đề của trai Tây càng thêm tồi tệ bởi vì họ không đoán ra được tuổi thật của phần lớn phụ nữ Việt Nam. Ngoài việc chăm sóc ngoại hình rất kỹ ra, phụ nữ Việt Nam hình như còn được thừa hưởng một số gen khá tốt. Tóc họ bạc trễ hơn tóc phụ nữ phương Tây. Làn da thì mơn mởn" nhờ chế độ ăn nhiều rau củ từ xưa đến nay chứ không chỉ vì cách họ điên cuồng tránh ra nắng.

Chẳng hạn, anh ấy không biết phân biệt giữa một cô 29 tuổi và một cô 22 tuổi, hay giữa một cô 45 và một cô 32 tuổi. Hậu quả là anh ấy ở Việt Nam một tháng, đăng ký học tiếng Việt và rồi cảm nắng cô giáo mà anh ấy cho rằng chỉ khoảng 28 tuổi y như anh ấy và... cầu xin Chúa cho cô ấy còn độc thân. Sau đó, anh ấy tưởng như muốn tự tử khi phát hiện ra cô ấy 43 tuổi, đã lập gia đình được 20 năm và có hai đứa con đang học cấp hai...

♥

Chuyện này vô cùng phiền phức đối với trai Tây nhưng kết quả đối với gái Việt muốn quen họ thì - vô cùng tích cực. Từ góc nhìn của một trai Tây ở giữa 20 và 30 tuổi thì bạn 21 hay 29 tuổi chẳng có gì đáng quan trọng cả. Từ góc nhìn một trai Tây trên 35 tuổi trở đi thì bạn 32 hay 45 tuổi cũng không quan trọng lắm, miễn là bạn có thần thái của tuổi trung niên.

Dĩ nhiên là bạn cũng nên thực tế một chút. Bất cứ chàng trai Tây nào cũng sẽ thấy thèm thuồng khi gặp một cô gái 20 mặc quần soóc siêu ngắn. Nhưng những người sâu sắc hơn sẽ nhận ra mối quan hệ với quần soóc siêu ngắn có lẽ sẽ không đơn giản hay viên mãn như mong muốn. Nếu phân tích, chúng ta sẽ thấy nhiều cô gái 20 tuổi đều có những thói quen khiến trai Tây không thể nào hiểu nổi, thậm chí là bực mình. (Trong số đó có những tật xấu tôi đã nhắc đến trong hai chương trước.)

Nếu bạn đã 29 tuổi và muốn quen một chàng trai Tây, lời khuyên của cuốn sách này là hãy vượt qua nỗi sợ hãi về tuổi tác và sắc đẹp. Hãy nhắc nhở bản thân về ba điều:

- Đừng luôn có suy nghĩ rằng nhan sắc của bạn đang sắp phai tàn.
- Việc lập gia đình không phải vội, mười năm nữa cũng chưa muộn.
- Trong suy nghĩ của trai Tây, bạn không già đi theo công thức truyền thống: ngoài 30 = bắt đầu già = không còn đẹp nữa. Bạn cũng chẳng nợ gì gia đình hay xã hội nếu có kết hôn muộn đi vài năm.

Điều này cũng đúng với phụ nữ Việt Nam ở bất kỳ độ tuổi nào: Nếu bạn vượt qua được quan niệm quá hà khắc về thời gian, nhan sắc và phận làm con thì cơ hội kiếm tìm hạnh phúc với trai Tây sẽ nhiều hơn.

Khi đã xác định muốn quen một chàng trai Tây thì bạn phải chấp nhận một số điều hơi... khác thường nơi họ. Một trong những điều khác thường đó là họ vẫn sẽ thấy bạn hấp dẫn ngay cả khi bạn không còn thắt bím hay mặc quần xé.

Bạn còn muốn nói gì về những sự khác thường khác của trai Tây thì cứ bổ sung – nhưng theo tôi điều này là sự khác thường THẬT TUYỆT mà gái Ta, trẻ hay già, nên chấp nhận một cách vui vẻ.

Chương 15

Chung thủy

Đàn ông phương Tây có chung thủy với người yêu hoặc vợ hơn đàn ông Việt hay đàn ông phương Đông nói chung không?

Các nghiên cứu về vấn đề này tuy ít nhưng kết quả cũng cho thấy rằng, người phương Tây có nhiều quan điểm khác nhau về vấn đề chung thủy và ngoại tình.

Người Mỹ (cả nam lẫn nữ) ngoại tình với cảm giác TỘI LỖI. Họ không có cảm giác "tận hưởng" khi đang ngoại tình. Hơn nữa, nếu họ bị bắt gặp thì những hành động trả đũa về mặt pháp lý và cảm xúc sẽ tệ hại và kéo dài hơn so với phần lớn các nước phương Tây khác.

Trái với người Mỹ, người Pháp có cái nhìn hoàn toàn khác. Mặc dù phụ nữ và đàn ông Pháp đều nói rằng họ đánh giá cao sự chung thủy của bạn đời nhưng phần lớn họ dứt khoát không nghiêm trọng hóa vấn đề ngoại tình trong trường hợp bắt gặp bạn đời mình dan díu với người khác.

Đối với người Mỹ, ngoại tình giống như uống một ly rượu có độc, còn với người Pháp, nó chẳng khác gì uống một ly nước suối.

Nói chung, khi so sánh người phương Đông với người phương Tây, nghiên cứu cho thấy trung bình, đàn ông phương Tây chung thủy hơn đàn ông phương Đông một chút.

Tuy nhiên, kết quả của những cuộc nghiên cứu này có vẻ khó thuyết phục khi mà thực tế cả đàn ông lẫn phụ nữ trên khắp thế giới đều thường nói dối hoặc lảng đi khi bị hỏi về những chuyện tế nhị như ngoại tình.

Giới hạn về sự trung thực, nhất là của đàn ông, đã bị vượt qua khi họ bị hỏi những câu hỏi như:

- Anh đã bao giờ ngoại tình chưa?
- Trong những tình huống nào anh cho rằng ngoại tình có thể chấp nhận được?

- Những lý do chính khiến anh ngoại tình là gì?
- Anh có cảm giác tội lỗi không?

Vì vậy trong chương này, thay vì đặt một loạt câu hỏi khó xử rồi đối chiếu các câu trả lời, chúng ta tự đặt một câu hỏi hoàn toàn khác: Giả sử đàn ông phương Tây nói chung chung thủy hơn đàn ông Việt thật thì tại sao lại như thế? Lý do đàn ông phương Tây lại chung thủy hơn đàn ông Việt? (Giả sử đây là sự thật)

Thực ra câu trả lời tùy thuộc vào một câu hỏi khác là tại sao nhiều đàn ông Việt có thể ngoại tình một cách thoải mái như thế, chứ không phải tùy thuộc vào khả năng đặc biệt để yêu, tự chủ hay chung thủy của đàn ông phương Tây.

Bạn hãy nhớ rằng đàn ông phương Tây chỉ chung thủy hơn một chút. Nhưng đó chỉ là mức trung bình. Tức là sẽ có rất nhiều ngoại lệ.

Theo giả thuyết này, sở dĩ có sự khác biệt là vì một số yếu tố đóng vai trò quan trọng trong cuộc sống hàng ngày của đàn ông Việt Nam lại ít ảnh hưởng đến cuộc sống của đàn ông phương Tây.

Giả thuyết là thế này.

(Để trình bày giả thuyết này thì cần đến vài từ tiếng Anh.)

Thứ nhất là đàn ông Việt "conformist" hơn đàn ông Tây.

"Conformist" là từ tiếng Anh khá thú vị nhưng lại khó có thể dịch rõ nghĩa sang tiếng Việt.

Conformist có nghĩa là vâng lời, đồng hóa với tập thể - theo nghĩa tiêu cực nhất là luôn luôn chạy theo đám đông. (Sở dĩ từ tiếng Anh này khó dịch là vì việc đồng hóa với đám đông ở Việt Nam thường có nghĩa tích cực.)

Lấy ví dụ là việc ngoại tình. Một trong những lý do khiến đàn ông Việt dễ bị nhiễm thói xấu ngoại tình là vì bạn bè lôi kéo. Nói cách khác, họ chạy theo đám đông. Tan giờ làm việc, sau khi tụ họp uống bia và trò chuyện ầm ĩ với nhau vài tiếng đồng hồ, cả hội rủ nhau đến tiệm massage - nơi mọi người được massage từ A đến Z. Giả sử thành viên trẻ nhất trong nhóm, có tên là Dũng, đã kết hôn với một cô gái Việt bằng tuổi được hai năm. Cô vợ cao 1m54 vừa giỏi vừa ngoan và Dũng hoàn toàn chung thủy với cô ấy suốt những năm qua. Thế nhưng tối nay từ cuộc phiêu lưu ở tiệm massage về, Dũng đã mang theo số điện thoại của một cô nhân viên massage. Trong mấy tuần sau đó, những thành viên khác của nhóm thúc giục Dũng gọi cho cô ta. Dũng làm theo ý của hội bạn chủ yếu là để làm vui lòng họ, cũng có thể vì anh ấy không muốn bị coi là nhát gan, chứ không phải vì có tình cảm với cô nhân viên massage. Dù cho Dũng phải công nhận là cô gái ấy cũng giỏi giang, lại nhỏ hơn anh ta đến 10 tuổi và cao 1m64.

Có thể dễ dàng tưởng tượng ra phần còn lại của câu chuyện này. (Chắc là bạn đã đoán ra các nét chính: nhiều cảnh diễn ra tại những khách sạn rẻ tiền...)

Bạn hãy nhìn sự việc theo hướng này - bi hài kịch của Dũng lập lại ở nam giới phương Tây ít hơn ở nam giới Việt Nam, bởi trai Tây thường không có xu hướng chạy theo đám đông. Nếu một trai Tây quyết định đi massage từ A đến Z hay hẹn hò với cô nhân viên massage ở khách sạn là vì HỌ THỰC SỰ MUỐN, chứ không phải do bạn bè xúi giục. Họ tự mình quyết định. (Và dĩ nhiên khi phải lựa chọn, một số sẽ quyết định đi hẹn ở khách sạn.) Ý tôi là trong trường hợp TỰ MÌNH PHẢI Ý THỨC VÀ QUYẾT ĐỊNH, chứ không phải đám bạn nhậu suy nghĩ hộ, thì điều dễ nhận ra là cuộc phiêu lưu với cô nhân viên massage không phải ý kiến hay, nhất là khi họ vẫn quyến luyến và tôn trọng người vợ đang chờ họ ở nhà.

♥

Thứ hai, vấn đề bình đẳng giới là một nguyên tắc mà đàn ông phương Tây tin tưởng vào với những mức độ nhất quán khác nhau. Trong khi đó, nhiều đàn ông Việt Nam hoàn toàn không tin vào nó.

Theo quan niệm bình đẳng giới của phương Tây do những người có đầu óc "tân tiến" đề ra, nó sẽ được hiểu là đàn ông và phụ nữ đều có quyền ngoại tình như nhau. Từ góc nhìn này, đàn ông hay phụ nữ dan díu với người khác không phải đều có tội như nhau mà là VÔ TỘI NHƯ NHAU. (Một số cặp đôi phương Tây thực sự cố gắng áp dụng quan niệm về bình đẳng giới này vào thực tiễn, nhưng đó sẽ là chủ đề của một cuốn sách với thể loại hoàn toàn khác.)

Từ một góc nhìn ít tân tiến hơn, bình đẳng giới ngụ ý rằng một người đàn ông chỉ được yêu cầu người yêu hay vợ không phụ bạc mình, với điều kiện anh ấy NỖ LỰC VÀ THÀNH CÔNG trong việc không phụ tình cô ấy.

Một số trai Tây có yêu cầu này đối với bạn gái hay bạn đời - và với chính bản thân mình nữa. Họ chấp nhận chung thủy, một phần vì thấy đây là việc đúng đắn nên làm, phần khác là do họ không muốn điều tương tự xảy ra với mình.

Ta hãy nói theo cách này - không có nhiều đàn ông Việt tuân theo nguyên tắc nói trên, đơn giản vì sâu trong thâm tâm, họ nghĩ rằng đàn ông có quyền ngoại tình, còn phụ nữ thì không. Trong suy nghĩ của họ, việc một người đàn ông dan díu với nhiều phụ nữ là đáng được thông cảm (nếu không muốn nói là hoàn toàn vô tội), còn một phụ nữ làm điều tương tự thì không thể nào tha thứ được. (Ở điểm này tôi có thể trích dẫn mấy chục câu thành ngữ Việt Nam về trinh tiết cùng các câu chuyện mang tính cảnh báo về những phụ nữ đã không tuân theo luật lệ và những điều tồi tệ mà gia đình đã dành cho họ, một số trong đó vẫn tiếp tục xảy ra ở Việt Nam ngày nay.)

Thứ ba là sự than phiền không thuyết phục lắm của đàn ông Việt, theo đó phụ nữ Việt KHÔNG GIỎI CHUYỆN GIƯỜNG CHIẾU. Nếu bạn từng ngồi trong quán bia hơi thì có lẽ lúc nào đó đã nghe cánh đàn ông bàn về lý do chính đáng của họ khi ngoại tình, đó là vợ họ vừa không hứng thú vừa không hiểu biết về "chuyện ấy".

Sự khẳng định này không thuyết phục cho lắm vì vấn đề ở đây rõ ràng không chỉ nằm ở phía phụ nữ. Đến tận ngưỡng tuổi trưởng thành, người Việt Nam, cả nam lẫn nữ, hầu như không được học về giới tính một cách đầy đủ. Kết quả là nhiều đàn ông Việt gần như hoàn toàn mù tịt về các biện pháp tế nhị làm bản thân hay bạn đời thăng hoa hơn trong "chuyện ấy". Bạn chắc là đã nghe lời bàn của một nữ Việt kiều: "Đàn ông Việt không biết 'màn dạo đầu' là gì, 'màn dạo cuối' là sao, không biết làm gì cho sung sướng trong giai đoạn giữa nữa." Người nào ở Mỹ lâu chắc là sẽ phóng đại vấn đề này lên một chút. Nhưng điều không thể chối cãi là ở không ít nam giới Việt, sự thiếu hiểu biết cùng với khao khát dữ dội về tình dục đã dẫn đến sự tuyệt vọng và một chuỗi những hành vi thiếu lãng mạn hay nói trắng ra là thô thiển...

Nhưng không phải chỉ đàn ông Việt mới thiếu hiểu biết. Thật sự khó mà khẳng định rằng gái Ta hiểu biết nhiều hơn trai Ta về màn dạo đầu, màn dạo cuối hay những cảnh phong phú có thể diễn ra ở giữa. Ở phụ nữ Việt Nam, sự thiếu hiểu biết cộng với nỗi lo sợ mang thai và bị xã hội phản đối thường tạo ra một cơn ác mộng thật sự - cái cảm giác xem tình dục là chuyện miễn cưỡng. Có một phần sự thật đằng sau ý kiến của nam giới Việt là phụ nữ Việt không giỏi chuyện giường chiếu nên họ phải chịu đựng việc chồng ra ngoài ngoại tình: nhiều phụ nữ Việt truyền thống nghĩ rằng các giá trị đạo đức và thú vui xác thịt là không thể hòa hợp được.

Tình hình này càng trở nên tệ hại khi những sản phẩm, quan điểm và hình ảnh với nội dung ẩn ý gợi tình tràn vào Việt Nam, nhất là từ các nước phương Tây.

Phụ nữ Việt đang ăn mặc ngày càng hở hang và khiến nhiều cánh mày râu phải trầm trồ chú ý, mặc dù phần lớn họ không biết phản ứng như thế nào với những sự chú ý đó. Trong khi đó, đàn ông Việt Nam ngày càng chú tâm đến những ý tưởng điên rồ, xuất phát từ phim khiêu dâm, về những chuyện đàn ông có thể yêu cầu phụ nữ làm trong phòng ngủ. (Những cuộc nghiên cứu cũng cho thấy khu vực tiêu thụ phim khiêu dâm lớn nhất thế giới tính theo đầu người chính là châu Á. Hậu quả là sức tưởng tượng của đàn ông Việt đã phóng đại những giây phút mây mưa thành giờ giông tố đáng sợ...)

Về mặt này bạn cứ so sánh đàn ông phương Tây với đàn ông Việt một lần nữa.

Gái Tây mặc quần áo ngày càng hở hang thì trai Tây cũng phải thích nghi. Việc phim khiêu dâm tận dụng tối đa trí tưởng tượng về tình dục để đảo lộn ý thức của trai Tây về những hành động được thực hiện trong phòng ngủ cũng là chuyện họ phải đối phó.

Tuy nhiên so với trai Ta, trai Tây vẫn ít cằn nhằn về khả năng giường chiếu của vợ hơn. Và điều đó chắc là vì phụ nữ phương Tây KHÁ GIỎI TRONG CHUYỆN GIƯỜNG CHIẾU. Cũng giống như trai Tây, gái Tây thường học về giới tính ở lứa tuổi thiếu niên và phần lớn họ, nếu không muốn nói là tất cả, cũng học cách hưởng thụ khoái cảm tình dục nữa. Nhiều người trong số họ theo nguyên tắc hiện đại của người trưởng thành mà hình như cả đàn ông lẫn phụ nữ Việt Nam đều chưa nhận ra - quan hệ tình dục thích thú hơn cho cả hai bên nếu bên nữ cũng có quyền yêu cầu bên nam làm theo ý của mình một nửa thời gian.

Đối với người phương Tây, "chuyện ấy" là điều có thể giúp tình yêu của hai người thăng hoa chứ không phải là thú vui có hai mặt như ở Việt Nam: cái ngắn ngủi mà không ít đàn ông tìm kiếm ở ngoài với sự bối rối cùng cực hay cái bẩn thỉu mà phụ nữ giả vờ họ chưa bao giờ nghe nói đến.

Nói tóm lại là trai Tây có ít động cơ khiến họ không chung thủy hơn. Họ có một đời sống tình dục thỏa mãn với bạn gái hay bạn đời thì khả năng họ hành động sai trái ít hơn. (Ít hơn một chút.)

Điều cuối cùng nhưng không kém phần quan trọng, một số đàn ông Việt có lẽ ít chung thủy hơn đàn ông phương Tây vì phụ nữ Việt cam chịu các hành động sai trái. Mặc dù trong mấy thập niên vừa rồi tỉ lệ li dị ở Việt Nam có tăng, nhưng nó vẫn thấp hơn nhiều so với ở các nước phương Tây. Lý do chính là không ít phụ nữ Việt vẫn quyết định duy trì hôn nhân dù chồng mình dan díu với KHÁ NHIỀU phụ nữ khác. Một mặt vì áp lực từ phía gia đình. Mặt khác vì quan niệm cho rằng một phụ nữ tốt phải biết chịu đựng. Ngoài ra, có thể còn nhiều nguyên nhân khác nữa. Hậu quả là nhiều đàn ông Việt ý thức họ có thể thoát tội mà không bị trừng phạt. Phụ nữ miễn cưỡng bật đèn xanh cho việc phạm lỗi thì đàn ông sẽ... càng sai phạm nhiều hơn.

Tình trạng ở hầu hết các nước phương Tây lại khác hẳn. Tỉ lệ li dị ở Úc hay ở Mỹ khá cao. (So với Việt Nam là RẤT cao.) Nhưng đó một phần là do cuộc tình tay ba ở phương Tây đẫm nước mắt. Phần lớn đàn ông bị bắt quả tang ngoại tình nhiều lần sẽ không chỉ nằm chèo queo dưới bếp vài ngày. Họ phải ngủ dưới bếp VÀI THẬP NIÊN. Về cơ bản họ bị vợ "đá", sau đó bị kiện ra tòa. Tòa buộc họ phải trả tiền cấp dưỡng cho vợ con đến khi các con đến tuổi trưởng thành. Chuyện ly hôn kiểu phương Tây là vậy.

Vợ phương Tây ít chấp nhận tình trạng ngoại tình, thêm việc sẵn sàng ly hôn cộng với được trợ cấp lâu dài trong trường hợp người chồng trắng trợn phạm tội, sẽ dẫn đến một kết quả tất yếu là đàn ông phương Tây ít dám làm việc sai trái hơn. Họ hiếm khi nghĩ việc phạm lỗi là đáng tự hào như một số không nhỏ đàn ông Việt Nam.

♥

Liệu bốn điều nói trên có bảo đảm rằng bất cứ trai Tây nào ở Việt Nam cũng có đủ tố chất để làm một người yêu tốt hay đức ông chồng chung thủy? Hoặc đảm bảo rằng họ không thuộc loại đàn ông mang theo số điện thoại của cô nhân viên massage về nhà không?

Rất tiếc là không.

Đó là vì trai Tây ở Việt Nam chịu nhiều cám dỗ mà họ tự nhiên tránh xa ở nước nhà.

Nếu bạn đọc kỹ lời giới thiệu ở đầu sách thì biết chuyện này rồi.

Ở châu Á, không khó để trai Tây tìm kiếm "thú vui" (với tình phí thấp). Thêm vào đó họ được sự chú ý đặc biệt, nhất là từ phía phụ nữ. Sự chú ý đó làm cho họ vỗ ngực tự hào. Rồi khiến họ nổi hứng thú... Nói chung sự chú ý khiến cho họ kiêu ngạo, lăng nhăng và hay thay đổi. Nói cách khác, nó khiến cho khả năng họ chung thủy với người yêu mình giảm xuống còn mức trung bình giống nhiều trai Việt.

Nhưng không có nghĩa là không có nhiều trai Tây sang Việt Nam mang theo mình sự tôn trọng và ý thức bình đẳng giới, cộng với thói quen yêu nghiêm túc, biết tự chủ và không làm theo đám đông. Hơn nữa nhiều người trong số họ đã đến Việt Nam vì nghe nói đến khả năng tự chủ và sự chung thủy của phụ nữ Việt. Trong "số đông tầm thường" có khá nhiều người, từng nghĩ hoặc đã lâm vào tình huống thực tế, là nạn nhân của phụ nữ phương Tây lăng nhăng. Họ đã đến phương Đông đẹp kỳ lạ vì phụ nữ Việt Nam có tiếng là biết yêu và thờ chồng.

Nếu bạn không đào đâu ra một trai Tây chung thủy vì tình yêu thực sự, thì vẫn có thể kiếm được một trai Tây đã đến Việt Nam sống vì biết gái Ta coi trọng kiểu tình yêu mà hình như nhiều phụ nữ phương Tây không còn tin vào.

Nhưng nếu chàng trai Tây đó vẫn biệt vô âm tín, thì bạn vẫn còn cơ hội tìm được một chàng chung thủy theo kiểu... hơi mỉa mai. Vì phần lớn trai Tây chung tình với vợ, nếu thành thật với chính mình, sẽ thừa nhận rằng lý do khiến họ chung thủy không chỉ là tình yêu - mà là việc phải đối phó với một người đàn bà duy nhất trong đời đã đủ vướng vào bao nhiêu rắc rối rồi, nếu có đến hai người phụ nữ... thì chắc hẳn đó sẽ là một sự phiền phức chết người.

Ít nhất đây cũng là một khía cạnh mà trai Tây suy nghĩ y hệt trai Ta đấy!

Chương 16

Gia đình

Một trong số những điều khiến gái Ta thấy khó hiểu ở trai Tây là hễ nói đến gia đình thì họ lại tỏ ra chán ngán...

Đến Việt Nam, một nửa trai Tây cư xử như thể họ thấy nhẹ nhõm khi ở một đất nước cách xa bố mẹ và quê hương ngàn dặm. Nếu ở lại lâu hơn thì họ thấy nhớ bạn bè đôi chút, nhưng vẫn tỏ ra thờ ơ với người nhà.

Khi hẹn hò với một trai Tây, nếu bạn đặt một câu hỏi đơn giản là: "Anh có nhớ nhà không?"- câu hỏi này tưởng chừng chỉ có một câu trả lời ngắn gọn là CÓ - thì một nửa số trai Tây được hỏi sẽ trả lời bằng cách BẮT ĐẦU CẰN NHẰN VỀ GIA ĐÌNH của họ. Một số người thậm chí còn cho rằng những người gần gũi nhất của họ điên khùng và lố bịch, là nguyên nhân chính của nỗi đau khổ và mối phiền phức họ phải chịu cả đời.

Khi bắt đầu yêu trai Tây, nếu bạn chu đáo hỏi anh ấy có gọi skype cho mẹ không thì đừng ngạc nhiên khi nghe câu trả lời như tạt một gáo nước lạnh, đại khái là "em bị khùng hả?"

Đối với khá nhiều trai Tây, dường như việc nói chuyện với mẹ khiến anh ta thêm căng thẳng, thậm chí là bị tăng huyết áp. Dĩ nhiên không phải tất cả đều vậy, nhưng cũng khá nhiều.

Bạn muốn hiểu vấn đề này thì phải tìm hiểu một chút về văn hóa phương Tây. Vì đây không phải là chuyện vốn có từ xưa đến nay.

Suốt nửa thế kỷ vừa qua có hai tư tưởng lớn đã kết hợp với nhau để thay đổi lối suy nghĩ cũ của người phương Tây về gia đình, theo đó gia đình là đơn vị cơ bản nhất ta phải trung thành vô điều kiện từ lúc còn nhỏ.

Thứ nhất là Tư tưởng về Tự Lập - với niềm tin rằng thước đo của việc làm cha mẹ tốt là sinh ra những đứa con và nuôi dạy chúng sao cho sau vài thập niên, chúng có thể tự chăm sóc chính mình. Đó không chỉ là việc tự xỏ giày hay làm vệ sinh cá nhân mà còn là tự lập về mặt tài chính và biết cách quản lí quỹ thời gian của mình. Trên hết, nó là việc tự quyết định cuộc sống của họ - yêu ai, làm nghề gì hay muốn duy trì giá trị nào cho bản thân.

Đến đây nghe cũng hay, đúng không? Cái thứ hai gay gắt hơn là Tư tưởng Chống Đối. Đây là một xu hướng - đã được "bình thường hóa" - của giới trẻ phương Tây ngày nay với ngụ ý rằng một phần thiết yếu của bước ngoặt chuyển từ tuổi teen thành người lớn là CHỦ ĐỘNG CHỐNG LẠI BỐ MẸ, thậm chí chống lại tất cả những gì mà các đấng sinh thành trân trọng, giữ gìn.

Nếu bố mẹ đứng về phía lẽ thường thì người theo Tư tưởng Chống Đối sẽ cố ý cư xử như một người điên.

Nếu bố mẹ chú trọng đến việc học tập thì người theo Tư tưởng Chống Đối phải cố ý phá phách ở trường và vô lễ với thầy cô.

Khi còn ở tuổi teen, nếu bố mẹ chú trọng đến việc ăn uống đủ chất và rèn luyện thân thể thì người theo Tư tưởng Chống Đối sẽ ăn vặt các món nhiều chất béo và gục xuống trước máy game ít nhất 13 tiếng một ngày.

Khi đến tuổi trưởng thành, nếu bố mẹ chú trọng đến việc mua nhà, kết hôn và duy trì nòi giống cho nhân loại (tức tạo một gia đình như bố mẹ) thì người theo Tư tưởng Chống Đối sẽ - không chỉ cày game ít nhất

13 tiếng mỗi ngày mà còn yêu cầu bố mẹ phải tránh xa họ ra.

Và nếu bố mẹ chú trọng vào lối sống, gu âm nhạc hay kiểu thời trang được ưa chuộng từ mấy thập niên trước thì người theo Tư tưởng Chống Đối phải khẳng định rằng tất cả những gì mà bố mẹ tin và thích là lố bịch, lạc hậu và đáng xấu hổ. Kẻ chống đối thật sự phải tự chú trọng một cách sống chỉ rõ sự tương phản giữa hai thế hệ. Họ phải chịu một trách nhiệm to lớn vừa về mặt thẩm mỹ vừa về mặt tinh thần là chứng minh cái mới tốt và đẹp hơn hẳn cái cũ - càng có nhiều bằng chứng về công nghệ tiên tiến càng tốt.

Không cần phải bàn cãi - cách suy nghĩ của người phương Tây về việc tự lập và việc chống đối gia đình có thể dẫn đến những hậu quả nhất định. Vấn đề lớn nhất là hòa hợp hai tư tưởng này với nhau như thế nào; vị thành niên phương Tây thường bắt đầu nổi loạn ở độ tuổi 14, 15 nên số đó ít khi có đủ tiền để sống thực sự tự lập, nhưng đủ thông minh để nhận ra chuyện vòi tiền bố mẹ để mua đồ sẽ làm cho họ bực dọc - là khá nhàm chán. Vấn đề thứ hai là làm thế nào để chống đối lại những người mà cách đây một thế hệ - trong quá trình bình thường hóa việc chống đối các bậc phụ huynh - cũng đã tự xem mình là kẻ nổi loạn và nỗ lực chống lại quyền hành của bố mẹ theo cái cách giống như chúng bây giờ.

Việc chống đối lại hai người từng là những kẻ chống đối thế nào nhỉ?

Làm một kẻ chống đối gia đình mình khi còn nhỏ tuổi quả không dễ như bạn tưởng...

Cũng không cần phải nói - những thái độ này (sống tự lập, chống đối bố mẹ và các tình huống khó xử liên quan) thì khác hẳn thái độ đối với bố mẹ phổ biến ở Việt Nam.

Dù người trẻ Việt Nam thừa nhận rằng bố mẹ mình có phần bảo thủ, hẹp hòi và quê mùa nhưng sự thật là họ vẫn coi trọng bố mẹ mình. Và mặc dù hiện nay tư tưởng sống tự lập của phương Tây có ảnh hưởng đến người trẻ Việt Nam nhưng họ đều tin rằng để báo đáp công ơn sinh thành, dưỡng dục và sự hy sinh của bố mẹ, con cái luôn phải biết thể hiện sự hiếu thảo, biết chăm lo cho bố mẹ lúc về già và tưởng nhớ bố mẹ sau khi qua đời. Từ thuở lọt lòng, mỗi người Việt Nam đều đã được nhắc nhở về công cha nghĩa mẹ. Người Việt nào mà không biết thực hiện hai nghĩa vụ văn hóa này để bố mẹ có cảm giác được tôn trọng và quan tâm thì khó có thể được coi là người Việt theo đúng nghĩa.

Trai và gái Ta cũng có thể có cách suy nghĩ thoáng về khía cạnh này hay khía cạnh khác nhưng họ vẫn muốn chu toàn với gia đình.

♥

Trái với người phương Tây hiện đại, người Việt vẫn tin chắc rằng bố mẹ và con cái phải đùm bọc nhau cả đời.

Đối với gia đình giàu có, việc bố mẹ mua biệt thự hay mở công ty cho con cái là điều dĩ nhiên. Những gia đình trung lưu bình thường có thể giúp con cái có một công việc ổn định trong các cơ quan nhà nước. Còn con cái các gia đình nghèo khó, nhất là con gái, không hiếm người phải làm việc vất vả trong những ngành dịch vụ tồi tệ để có đủ tiền gửi về nuôi bố mẹ ở quê.

Khi còn trẻ, người Việt Nam - đặc biệt là con gái thường nghe theo những quyết định của bố mẹ về việc nên chọn trường gì và nên làm nghề gì. Khi đến tuổi trung niên, thay vì tận hưởng những ngày tháng sung sướng cho riêng mình thì họ lại quay về dành thời gian chăm sóc bố mẹ già yếu.

Niềm vui của những kẻ nổi loạn kiểu phương Tây - đánh một cú chí mạng vào bố mẹ - là cảm giác không dành cho họ.

Cảm giác hứng khởi kỳ cục của kẻ ăn cháo đái bát cũng không.

Cuộc đấu tranh với lối sống của bố mẹ với vũ khí là kiểu tóc bù xù và phụ kiện lòe loẹt là chuyện họ hiếm khi biết đến.

Thực sự rất khác biệt. Thái độ của người phương Tây

đối với bố mẹ là do chịu ảnh hưởng của hai tư tưởng mập mờ là Tự Lập và Chống Đối. Trong khi đó thái độ của người Việt lại chịu ảnh hưởng bởi tư tưởng truyền thống (đã được cập nhật một chút) về sự hiếu thảo.

Tiếng Anh không có từ nào có thể diễn đạt sát nghĩa từ "hiếu thảo" trong tiếng Việt.

Theo như tôi biết những ngôn ngữ châu Âu khác cũng không có. Từ gần nghĩa nhất bằng tiếng Anh là "piety", nhưng "piety" cũng không phải là từ diễn đạt sự kính trọng của con cái đối với bậc sinh thành mà để nói đến lòng mộ đạo đối với Chúa.

Dĩ nhiên thái độ của người phương Tây đối với gia đình không chỉ chịu ảnh hưởng từ những xu hướng ngấm ngầm mang tính tiêu cực nói trên. Và tất nhiên trong số những người phương Tây bạn sẽ gặp ở Việt Nam cũng có khá nhiều người yêu và tôn trọng bố mẹ mình, muốn vun đắp hạnh phúc cho gia đình và ôn lại những kỷ niệm yêu thương về ông bà đã mất.

Trong quá trình lớn lên của nhiều người phương Tây, có giai đoạn khởi động sau khi mọi người chán ngấy cuộc nổi loạn thời trẻ. Khi đã có nhiều kinh nghiệm sống hơn một chút, trai và gái Tây chợt nhận ra cuộc sống gia đình cũng có khía cạnh tích cực của nó: người bạn đời chung thủy là chỗ dựa tinh thần vô giá trên đời, con cái có thể là động lực to lớn khiến chúng ta cố gắng sống tốt và vượt qua khó khăn (và không còn suy nghĩ kiểu mình là cái rốn của vũ trụ nữa).

Tuy thế cách suy nghĩ của phương Tây về gia đình vẫn khác cách suy nghĩ thông thường của người Việt, vì người phương Tây chịu ảnh hưởng bởi nhiều khuynh hướng tiêu cực và tích cực, ngấm ngầm và công khai. Sự khác nhau lớn đến mức cuộc hành trình từ lúc gặp gỡ, yêu nhau và tiến đến hôn nhân giữa một chàng trai Tây và một cô gái Việt chắc hẳn sẽ xảy ra vô số hiểu lầm.

♥

Đối với trai Tây, nhiều cô gái Việt Nam có vẻ hơi quá nhu mì, trẻ con, đặc biệt là vì không biết tự khẳng định hay bảo vệ các quyền lợi của mình. Họ làm theo ý của bố mẹ, ngay cả khi biết điều đó sẽ có tác động tiêu cực đối với mình. Có khi cô ấy chiều theo những hành vi đáng khinh của một số thành viên sống buông thả trong gia đình chỉ vì những người này biết "chơi" chiêu bài "bà con". Quan điểm của anh chàng Tây phương chín chắn đối với chuyện này khá rõ ràng: biết KÍNH TRỌNG ông bà, cha mẹ và những người họ hàng khác là một chuyện, còn việc NGHE THEO ý kiến của người bề trên một cách MÙ QUÁNG lại là chuyện khác. Việc chấp nhận làm tất cả các công việc đồng áng giúp mấy "người chú" suốt nhiều năm để họ được thoải mái ăn nhậu và đánh lộn ở ngoài đường làng thì TRÁI NGƯỢC HOÀN TOÀN VỚI GIÁ TRỊ CON NGƯỜI.

Ngược lại, đối với một cô gái Việt, chàng trai Tây có thể giống như một đứa trẻ khác - một người vô ơn có tư tưởng hơi quá bi quan đối với gia đình. Có lẽ cô ấy sẽ thấy khó chấp nhận cách suy nghĩ của phương Tây về gia đình - theo đó một người chín chắn bắt buộc phải đối đầu với ảnh hưởng xấu của gia đình đến mình. Thay vì phân tích lịch sử gia đình và khổ sở về nó, người phương Tây nên cố gắng "yêu đại" và để những nỗi đau khổ xảy ra trong quá khứ chìm vào quên lãng. Trong suy nghĩ của gái Ta, thái độ của trai Tây đối với gia đình mình thật mâu thuẫn. Họ nghe trai Tây nói xấu gia đình thì thường tự hỏi ngay - nếu bố mẹ anh ấy thực sự bị khùng như anh ấy nói thì sao anh ấy lại không bị khùng theo? Hẳn ít chàng trai Tây nào thừa nhận rằng họ có vấn đề về mặt tâm lý như bố mẹ mình.

Những hiểu lầm lớn bé này nằm trong số các vấn đề thường xảy ra khi một chàng trai Tây cố tiếp cận một cô gái Việt, cùng hàng loạt vấn đề khác nữa nếu mối quan hệ đó tiến triển lâu dài hơn.

VẤN ĐỀ THỨ NHẤT: Trai Tây khi mới quen gái Việt thường không chấp nhận những giờ giới nghiêm và những quy định khác của các bậc cha mẹ đối với đứa con gái đã đến tuổi trưởng thành. Họ cảm thấy bất ngờ khi cô người yêu gọi điện về quê lúc 9 giờ tối để bảo mình hiện ở đâu (và để nói dối mình đang đi chơi với ai).

(Vốn là người căm ghét cái gì cũng có "mùi sến" nên họ cũng thấy một số lời cập nhật tình trạng trên facebook thật kỳ quặc, chẳng hạn bạn chỉ muốn nằm khóc lóc trong chăn vì ba tháng rồi không được về quê, vv...)

VẤN ĐỀ THỨ HAI: Bạn đọc nào mới quen trai Tây hãy lưu ý rằng, anh ấy chắc sẽ không hiểu nếu sau này bạn không dám sống thử với anh ấy vì gia đình không chấp thuận. Ngoài ra việc sống thử đối với anh ấy là cách hợp lý để phát hiện ra liệu hai người có nên tiến đến hôn nhân hay không, việc sống thử cũng biểu hiện quyền độc lập và tự do của anh ấy và TẤT CẢ NHỮNG GÌ xâm phạm đến quyền độc lập và tự do ấy RẤT CÓ THỂ sẽ khiến anh ấy tức giận.

VẤN ĐỀ THỨ BA: Đại đa số trai Tây tinh tế mới quen gái Ta sẽ nhận ra việc tặng một món quà cho bố mẹ bạn vào lần đầu tiên được mời về nhà là phong tục Việt Nam cần phải theo. Đàn ông phương Tây lớn tuổi (thật ra là ở tất cả các độ tuổi) "cua" được một cô gái châu Á vừa hấp dẫn vừa tình cảm đôi lúc cảm thấy sung sướng đến mức họ "bày vẽ" quá nhiều quà cáp. Tuy nhiên nếu họ có cảm giác phần lớn đồ vật đắt tiền họ tặng người yêu được chuyển vào két sắt gia đình cô ấy thì chuyện tình cảm cũng có thể xấu đi khá nhanh. Trai Tây mà có cảm giác bạn gái Việt của mình quen mình chính vì muốn "cải thiện" tình hình tài chính hay để cho gia đình có cơ hội "ngồi mát ăn bát vàng" thì thường sa vào hiểu lầm nghiêm trọng. Họ bắt đầu dùng những từ ngữ hơi khiếm nhã để nói về bạn gái sau khi (có khi là trước khi) cô gái đó trở thành bạn gái cũ: từ "gold digger" (tức kẻ đào mỏ). Ta hãy nói theo cách này. Từ "gold digger" là lá chắn tự vệ của các trai Tây có mối quan hệ với gái Ta mà không đi đến đâu vì chuyện tiền bạc. Nó có ý nghĩa xúc phạm. Song như nhiều lời xúc phạm khác nó cũng có phần đúng. Sự thật đầu tiên là không ít phụ nữ Việt Nam yêu và quen trai Tây vì muốn có điều kiện giúp đỡ gia đình mình. (Chút sự thật bị bóp méo thứ hai là nhiều đàn ông phương Tây ba hoa về khối tài sản họ đang có, chủ yếu để gây ấn tượng với các cô gái Việt.)

VẤN ĐỀ THỨ TƯ. Vài năm sau khi kết hôn, trai Tây tinh tế chắc sẽ hiểu ra rằng gái Việt cưới ai thì vẫn muốn có mối quan hệ gần gũi với gia đình. Nhưng nếu cô gái đó muốn giữ mối quan hệ thân cận mà không biết quản lý thời gian thì rất có thể sẽ gây ra cãi vã. Bạn cần về nhà để giúp mẹ một chuyện vặt thì cũng được. Nhưng nếu bạn đột nhiên chạy về làm đảo ngược tất cả kế hoạch của anh ấy thì có thể sẽ gây ra hậu quả nặng nề.

VẤN ĐỀ THỨ NĂM. Đó là việc cho bố mẹ hay anh chị em dọn vào ở chung - một tình huống bạn cần xử lý một cách TẾ NHỊ. Bạn đồng ý cho gia đình mình chuyển đến ở chung thì rất có thể khiến anh ấy có cảm giác quyền độc lập của mình bị giảm bớt. Đặc biệt là trong trường hợp thành viên gia đình bạn muốn cho ở chung là MẸ CỦA BẠN.

Đàn ông lẫn phụ nữ trên khắp thế giới đều hiểu rằng mối quan hệ với mẹ chồng hay mẹ vợ có thể căng thẳng thế nào - đặc biệt là phụ nữ Việt Nam phải về nhà chồng làm dâu. Việc cưới trai Tây có một ưu điểm lớn chúng ta chưa bàn đến, đó là việc bạn gần như chắc chắn không phải ở với mẹ chồng. Nhược điểm là chồng Tây cũng gần như chắc chắn không đồng ý bạn mời mẹ mình ở lại lâu trong khi hai người còn ở Việt Nam.

Với kho kiến thức đồ sộ về gia đình và tâm lý con người của anh ấy, trai Tây thấu hiểu rằng cách mà một phụ nữ Việt Nam bảo người khác làm, chấp nhận ý kiến, lo lắng và sợ hãi, nhiệt tình trong chuyện chăn gối hay cởi mở trong cách thể hiện tình cảm, đều chịu ảnh hưởng lớn từ mẹ của họ. Nói tóm lại, giọng nói vang lên trong đầu cô vợ Việt rất giống giọng của mẹ vợ. Giọng nói đó vang bên tai anh ấy TỪ NHÀ BẾP MỖI NGÀY sẽ khiến cho anh ấy khó có thể chấp nhận.

♥

Những điều nói trên không có nghĩa là trai Tây sẽ không bao giờ hiểu và thích nghi với cuộc sống gia đình kiểu Việt Nam. Sau một thời gian, nhiều trai Tây bắt đầu thích thú với những nghi thức và lễ hội Việt Nam liên quan đến gia đình. Đôi khi, họ thưởng thức không khí hội hè đến mức bắt đầu tự hỏi tại sao cuộc họp mặt gia đình kiểu phương Tây có thể trở nên nhàm chán và khó chịu đến thế.

Người phương Tây thường ngưỡng mộ khả năng biến cuộc tụ họp gia đình thành bữa tiệc tưng bừng của người Việt. Nếu bạn giải thích với trai Tây rằng đám giỗ là một ngày lễ hàng năm hơi giống ngày sinh nhật của phương Tây để tưởng niệm ngày mất của tổ tiên thì chắc là anh ấy không hiểu. Nhưng nếu bạn mời anh ấy theo dõi nghi lễ cúng tổ tiên ngắn rồi dự tiệc dài sau đó thì có lẽ anh ấy sẽ nhận ra niềm vui của cuộc sống gia đình theo kiểu Việt Nam.

Theo thời gian, trai Tây ở Việt Nam bắt đầu đánh giá cao bản sắc Việt Nam có liên quan đến cuộc sống gia đình, cách người Việt kính trọng người lớn tuổi hơn

tạo ra sự kết nối với quá khứ chẳng hạn. Hoặc sự phong phú của cuộc sống gia đình kiểu Việt gây ấn tượng với họ; vợ mình có mười người dì và năm người cậu thì chẳng ai thấy chán vào dịp Tết bao giờ.

Đối với trai Tây chưa có ý thức phát triển về bình đẳng giới thì cái họ thấy hấp dẫn ở cuộc sống gia đình truyền thống là được đông đảo phụ nữ lo liệu việc nội trợ (một quan niệm lạc hậu nhưng khá phổ biến ở nam giới địa phương).

Nói chung, giá trị gia đình của người châu Á cũng là một thách thức lớn buộc trai Tây phải đương đầu. Đối với gái Ta đang yêu trai Tây, cái quan trọng nhất ở đây là tránh tạo cho anh ấy cảm tưởng rằng gia đình có quyền kiểm soát hầu hết các hoạt động của bạn.

Nếu anh ấy được "củng cố tinh thần" về mặt này thì khả năng anh ấy thích nghi và tận hưởng sẽ càng cao.

Chương 17

Thời gian

Khi theo đuổi một cô gái Việt, một chàng trai Việt cần phải có thần kinh thép và trái tim lãng mạn của một chú gấu bông.

Trước khi anh ta được trò chuyện với cô gái nào đó - có lẽ trước cả khi biết được tên cô ấy - rất có thể anh phải chịu đựng sự phớt lờ của cô trước mọi nỗ lực bắt chuyện của anh.

Trước khi cô ấy đồng ý hẹn hò, có lẽ chàng trai phải chịu cảnh bị từ chối nhiều lần - cho dù cô ấy cũng muốn hẹn hò với anh.

Ngoài ra, sau khi hai người đã hẹn nhau vài lần, anh ấy THỰC SỰ PHẢI SẴN SÀNG MUA GẤU BÔNG CHO CÔ ẤY - không chỉ một lần mà thường xuyên.

Hãy nhìn lại sự việc từ góc nhìn của chàng trai: về mặt lý thuyết (nhiều khi trên thực tế) một buổi hẹn hò giữa một chàng trai và một cô gái Việt bao gồm những gì?

- Anh ấy lịch thiệp mở cửa quán cà phê hay nhà hàng giùm bạn.
- Anh ấy kiên nhẫn chịu đựng sự có mặt của các cô bạn gái mà bạn chọn dẫn đi cùng đến buổi hẹn.
- Anh ấy phải chờ đến khi các bạn gái đi cùng biến mất thì mới có cơ hội chớp nhoáng nói chuyện với riêng bạn.
- Anh ấy hào phóng bỏ qua thói quen của bạn là dành một nửa thời gian trong buổi hẹn để nhắn tin cho các bạn gái không có mặt khác.
- Anh ấy sẵn sàng với những từ ngữ có cánh để đối phó với bất kỳ tình huống nào có thể diễn ra, trước, trong và sau buổi hẹn.
- Anh ấy chờ đợi bất cứ dấu hiệu nào thể hiện tình cảm từ phía bạn và tiếp tục xin cuộc hẹn dù bạn không cho anh ấy bất cứ dấu hiệu nào.

Nhìn chung, trai Ta phải LÀM VỪA LÒNG các cô gái họ muốn quen. Để làm điều đó, trước hết họ PHẢI

LỊCH SỰ VÀ KIÊN TRÌ - phải biết tự chủ, kiên nhẫn và "chai mặt". Nói cách khác họ phải biết CHỜ ĐỢI THỜI CƠ.

Từ góc nhìn của trai Ta, viễn cảnh tốt đẹp nhất có thể xuất hiện ở đây là: sau một thời gian khá ngắn thấy thích anh ấy, cô gái quyết định chuyển từ cảm giác "thích" sang "yêu"- dường như cả vũ trụ cũng muốn làm hài lòng trái tim trong sáng của gấu bông. Kết quả là: cô ấy cập nhật tình trạng quan hệ trên facebook, trang trí hình photoshop bằng ba từ "em yêu anh" rồi tiếp tục biểu lộ sự chung thủy và tận tâm đến người tình trăm năm mà cô ấy đã lựa chọn.

Một viễn cảnh kém tốt đẹp hơn: chàng trai tiếp tục hẹn hò với cô ấy, cô ấy tiếp tục kéo đám bạn gái của mình đi cùng vì chưa biết mình có thích chàng trai này hay không. Trong buổi hẹn hò, cô gái KHÔNG PHẢN ỨNG GÌ với những điều anh ấy nói hay làm, có thể vì không hiểu rõ tình cảm của mình, hoặc cũng có thể vì cô ấy muốn chàng trai phát sốt hơn nữa bằng cách tỏ ra thờ ơ. Trong buổi hẹn hò, cô ấy không nói gì cả. Anh ấy mở cửa giùm thì cô ấy cong môi. Anh ấy muốn bao hết thì cô ấy gật đầu kiểu như vừa ban một ân huệ lớn. Anh ấy can đảm mua gấu bông mang đến tặng thì cô ấy quay qua nhìn hướng khác. Nói chung cô ấy đáp lại sự trang trọng lãng mạn của anh ấy bằng sự trang trọng lạnh lùng của mình. Trong những tình huống này, thời gian sẽ làm sáng tỏ vẻ mặt phũ phàng. Khi yêu gái Ta mà được đáp lại bằng sự thờ ơ như thế này thì trai Ta nào cũng sẽ biết mình còn một đoạn đường dài chông gai phía trước để chiếm được cảm tình của người trong mộng. Anh ấy phải thực sự hy vọng rằng các cụ Việt Nam quả không sai khi nói "đẹp trai không bằng chai mặt".

Viễn cảnh thứ ba thường thấy ở giữa hai viễn cảnh trên. Giả sử cô gái không tỏ ra quá lạnh lùng hay thờ ơ. Mặc dù vậy tình cảm giữa hai người - đặc biệt là tình cảm của cô gái dành cho chàng trai - mất nhiều thời gian để tiến triển. Ở Việt Nam, không có gì lạ khi một chàng trai bày tỏ tình cảm qua việc tặng thú bông, và anh ta phải theo đuổi cô ấy kiên trì trong nhiều tháng liền trước khi được đáp lại bằng một cách nào đó. Chưa kể đến những trường hợp chàng trai tương tư một cô gái suốt nhiều năm mà không hé miệng với bất kỳ ai - đặc biệt là với người anh thầm thương trộm nhớ.

Dưới ảnh hưởng của văn hóa phương Tây những năm gần đây, quá trình yêu đương ở Việt Nam có phần tiến triển nhanh hơn một chút. Tuy nhiên, so với phương Tây vẫn còn khá mất thời gian.

Phải thừa nhận đàn ông Việt có ít nhiều thói xấu. Giới trung niên cũng không thiếu những "dê cụ" lười biếng. Đám thanh niên có khá nhiều anh chàng phát triển về mặt tình cảm quá chậm. Nhưng nhìn chung, họ đều có một điểm khá nổi trội là phần lớn đều biết cách theo đuổi phụ nữ. Dù bạn có chê đàn ông Việt thế nào đi nữa thì trong tình yêu, họ vẫn là những người kiên trì bậc nhất.

Chắc là sẽ có vài người kiên trì một cách quá lố. Có vẻ như họ cho rằng việc nhắn tin mười lần một ngày là một cách chắc chắn để phụ nữ không màng đến sự hấp dẫn hay ngoại hình của "đối phương".

Tuy nhiên, một số chàng trai vẫn hiểu được một điều vô cùng cần thiết trong tình yêu là làm thế nào để sống sót, để giữ lửa yêu trong giai đoạn khó khăn và mơ hồ, khi chưa rõ cô gái có đếm xỉa gì đến tình cảm của mình hay không.

Đến câu hỏi thú vị rồi đây. Chuyện gì sẽ xảy ra khi trai Tây đến Việt Nam và gặp những tình huống như nói trên? Chuyện gì sẽ xảy ra khi gái Ta mong đợi trai Tây phải chờ và luôn giữ lửa trong tình yêu? Chuyện gì sẽ xảy ra khi gái Ta nói không với trai Tây, vì không thích hoặc vì họ thấy cần phải chảnh một chút, hay đơn thuần chỉ là đàn ông nước ngoài khiến họ e ngại?

Nói tóm lại: Chuyện gì sẽ xảy ra khi gái Ta bắt trai Tây phải đối diện với sự đau khổ, nghi ngờ và mơ hồ về thời gian.

Câu trả lời ngắn gọn là - trai Tây thích ăn chơi (bao

gồm 70% trai Tây đang ở Việt Nam) bắt đầu cảm thấy giận hờn và tủi thân. Chuyện xảy ra là họ bất chợt nhận ra rằng trái với những mong chờ của họ, các cô gái Việt tinh tế sẽ không hề dễ dãi. Để quên đi việc này họ thường xăm xăm lại những quán bar - nơi mà họ có thể gặp những cô gái ít tinh tế hơn, sẵn lòng chơi với họ theo kiểu "ăn bánh trả tiền".

Câu trả lời chi tiết hơn là - các trai Tây ít chơi bời hơn cũng cảm thấy tủi thân. Vì một lý do rất đơn giản - họ không hiểu nhân tố then chốt trong tình yêu là thời gian.

Trai Tây ở Việt Nam không chỉ không hiểu những điều luật bất thành văn trong việc hẹn hò gái Việt, mà họ còn nghĩ rằng cô gái nào - Ta hay Tây - không đáp lại tình cảm của mình bằng dấu hiệu tích cực như thân thiện hay tán tỉnh là chắc chắn không thích mình. Thay vì nuôi hy vọng hay kiên trì "trồng cây si" thì họ lại nghĩ tốt nhất là phải tìm một cô khác.

Bạn muốn quen trai Tây thì phải hiểu rằng trong nửa cuối thế kỷ vừa rồi, đặc biệt là trong hai thập kỷ gần đây, rất nhiều chàng trai Tây đã trở nên rất thực tế trong tình yêu. Họ để ý đến cô gái nào thì không ngại thể hiện điều đó một cách thẳng thắn. Ngược lại, họ cũng muốn phụ nữ thẳng thắn như họ. Vì thế chuyện che giấu cảm xúc hay chậm rãi trong mối quan hệ làm họ cảm thấy kì lạ. Còn chuyện cô gái cố tình "chảnh" với người đàn ông thích họ mà họ cũng thấy thích thì hoàn toàn ngược đời.

Bạn đã biết luật bất thành văn trong việc hẹn hò nói trên đã không còn tồn tại trọn vẹn ở phương Tây lâu rồi. Một số người Tây đã dũng cảm khẳng định rằng tình yêu lãng mạn không còn nữa. Thay cho tình cảm là tình dục và các loại khoái cảm khác; thời gian tiến đến chúng ngày càng ngắn. (Mặc dù vậy, sự lãng mạn trong những mối quan hệ lâu dài vẫn còn chút ít. Đó không phải là sự lãng mạn kiểu ánh sáng le lói bí ẩn của sự vĩnh cửu vượt thời gian được tạo nên bởi sự ham muốn, sự huyền bí và tối tăm mà là sự lãng mạn mang tính nghịch lý: một cảm giác quen thuộc dành cho một người mình hiểu quá rõ mà chưa khiến cho mình phát điên.)

♥

Chúng ta quay trở lại vài thập niên trước. Ngày xửa ngày xưa, ở một nước phương Tây xinh đẹp, trai gái hẹn hò với nhau có nguyên tắc rõ ràng. Sau lần thứ ba hẹn hò, nếu cô gái không mời chàng trai lên căn hộ của mình và "mời nước" (nếu hai người không ra ghế sau xe hơi "vuốt ve" trong trường hợp cô ấy còn sống chung với bố mẹ) thì rõ ràng là cô ấy không thích.

Bây giờ quay lại năm 2017. Cô gái hay chàng trai Tây

nào muốn chơi theo đúng luật "hẹn hò ba lần" thì chỉ có nghĩa là họ đã già rồi. Đó là vì chẳng có những nguyên tắc rõ ràng nào nữa.

- Một vài cô gái (những cô gái bình thường) sẽ tán tỉnh lộ liễu rồi đi tiếp bước tiếp theo ("mời nước", vv...) sau BUỔI HẸN ĐẦU TIÊN.
- Một vài cô gái (những cô gái bảo thủ) sẽ không liều lĩnh tán tỉnh, không cho đối phương tán tỉnh và nhất quyết không đi bước tiếp theo sau SÁU BUỔI HẸN.
- Còn một số cô gái quá tiến bộ sẽ tiến xa hơn mà không cần buổi hẹn hò nào cả - tức là họ sẽ bừa bãi với đối tượng vào nửa đêm ở góc một quán bar nhạc xập xình trong trạng thái say xỉn hay mê sảng. Bất cứ chuyện gì có vẻ giống "lãng mạn" sẽ xảy ra sau khi quan hệ. Những dấu hiệu của tình cảm giữa hai người mới gặp nhau - việc nói chuyện để tìm hiểu nhau, việc đợi tia sáng le lói bí ẩn của sự vĩnh cửu chẳng hạn, được xem như một món tráng miệng, được ăn sau món chính. Và thường không được động tới.

Việc hủy bỏ tất cả những nguyên tắc rõ ràng trong tình yêu có hai kết quả chính: 1. Nhiều người phương Tây hoàn toàn bối rối về mặt tình cảm. 2. Nhiều trai Tây đến Việt Nam với ý niệm về thời gian bị rút gọn lại.

N
hệ
Na
của
đượ
đó c
quan

Những
nào tới
tình hu
xanh trc
sẽ chuyể ... ngắn gọn, nếu bạn muốn phá... yếu tố thời gian một cách tích cực - ví dụ như là tìm hiểu anh ấy trong sáu tháng, hạn chế những hành động "đụng chạm" thân thể - thì có lẽ anh ấy sẽ chuyển hướng đến một cô gái khác có quan niệm về thời gian "Tây hơn".

Mặt khác, nếu theo tiêu chuẩn về thời gian của anh ấy thì bạn có nguy cơ biến những trải nghiệm hẹn hò trở nên rẻ tiền. Bạn có tin chắc rằng một người biết yêu cũng phải biết sống trong một không gian màu xám, kiên trì trong sự mập mờ không? Có một quan niệm lãng mạn về tình yêu mà người phương Tây thực

...iết tình cảm

...ột điều bí ẩn và

...gười đàn ông phương

...h yêu là một điều tuyệt

...i hơn là cách nó tự biểu lộ.

...hi nó tự lộ diện một cách từ tốn.

...p khi để thời gian làm cho nó phức

...yên chính ở đây là bạn hãy cân bằng giữa hai ...n niệm Tây và Ta.

Đừng quá chảnh với anh ấy. Nếu bạn thực sự tò mò muốn biết nhiều hơn về anh ấy thì đừng kiếm cớ không gặp mặt. Đừng hy vọng anh ấy sẽ chấp nhận sự hiện diện của các cô bạn gái của bạn trong ngày hẹn hò. Đừng đợi anh ấy hiểu rõ luật bất thành văn trong việc hẹn hò của người Việt Nam hay vai trò tế nhị của thời gian (và các nhân tố quan trọng khác như sự mơ hồ, đau khổ và nghi ngờ) trong bộ luật đó.

Mặt khác bạn cứ nhắc nhở bản thân rằng không cần gắng gượng để thích nghi với lối sống thực dụng của người phương Tây hiện đại. Nếu bạn muốn hẹn hò một cách nghiêm túc như phần lớn con gái Việt thì đừng để anh ấy xem cuộc gặp gỡ như một trò đùa hay như một thách thức để lên giường với bạn trong vòng một tuần.

Một trai Tây tinh tế phải hiểu rằng anh ấy muốn hẹn hò với gái Ta thì phải thích nghi với cách của người Việt. Anh ấy phải học cách kiên trì hơn trong việc đeo đuổi - cách đợi chờ, cách ngừng lại, cách lắng nghe người khác kể câu chuyện của họ từ từ (có lẽ bằng một thứ tiếng Anh hơi nhà quê). Phức tạp hơn cả là anh ấy phải biết chịu đựng sự mập mờ, thậm chí là đau khổ khi phân vân không biết là cô gái Việt ấy có thích mình hay không.

Như vậy trong chuyến đi đến phương Đông huyền bí, anh ấy đã được trải nghiệm nét đẹp xưa cũ giữa tình yêu và thời gian.

Lãng mạn ơi là lãng mạn!

Lời kết

Vậy là các bạn vừa cùng tôi đi qua những trang cuối cùng của cuốn sách "Những điều bạn chưa biết về trai Tây".

À, gần cuối thôi, vì vẫn còn vài điều tôi muốn tóm tắt lại.

NẾU CÓ CHÀNG TRAI TÂY NÀO MỜI BẠN ĐI CHƠI MÀ BẠN BĂN KHOĂN KHÔNG BIẾT NÊN ĐI HAY KHÔNG, điều quan trọng nhất cần chú ý là: nếu anh ấy mời bạn đi cà-phê hay ăn tối thì điều đó không đồng nghĩa với việc anh ấy đã yêu hay muốn cưới bạn, mà chỉ là anh ấy tò mò muốn biết nhiều hơn về bạn.

Khá nhiều gái Việt từ chối không đi cà phê với trai Tây,

vì ngại hoặc vì lo lắng khả năng giao tiếp tiếng Anh của mình quá kém.

Một số khác thì nói không vì "em đẹp em có quyền"; họ cứ tưởng việc tỏ ra chảnh với đàn ông là điều không thể thiếu trong cảnh mở màn của một vở kịch tình yêu hay ho, và luôn nghĩ đó là cách tốt nhất để đảm bảo với anh ấy rằng mình chẳng phải là cô nàng dễ dãi.

Còn một số cô khác từ chối vì tưởng đó là cách tối ưu để biết những cảm xúc thật của cánh đàn ông. Theo kiểu suy nghĩ này, nếu một người đàn ông kiên trì theo đuổi và tiếp tục mời cô gái sau khi bị từ chối một, hai lần thì khả năng anh ấy bị cảm nắng thật là cao, còn nếu anh ấy bỏ cuộc thì chắc chắn cảm xúc của anh ấy chưa đủ sâu đậm.

Cô gái Ta nào mà đối xử với trai Tây như vậy thì chắc đã bỏ lỡ nhiều cơ hội để làm quen với một trai Tây khá thú vị, chưa kể đến chuyện làm tan vỡ trái tim của một số trai Tây tử tế. Đó là vì đối với phần lớn trai Tây tử tế, nếu mời một cô gái đi cà-phê mà bị từ chối thì "không tức là không" - cô gái nào mà không thèm đi chơi với mình một lần thì chắc chắn không thích mình và sẽ không bao giờ thích.

Hơn nữa, đối với phần lớn trai Tây, bao gồm khá nhiều người tử tế, "there are plenty of fish in the sea" (có rất nhiều cá trên biển). Nếu bạn không thích họ thì có lẽ cô gái Việt tiếp theo mà chụp hình mặt cá ở bãi biển... sẽ thích. Trai Tây bị luống cuống trên sân khấu tình yêu ở Tây hay ở Ta thường nghĩ vậy.

Vậy các bạn hãy lưu ý: đừng xem lời mời đi cà phê của trai Tây là lời cầu hôn.

Trai Tây ngày nay có xu hướng xem một lời mời đi cà phê như là... một lời mời đi cà-phê.

Logic của trai Tây khi hẹn hò là rõ ràng như vậy.

♥

ĐIỀU QUAN TRỌNG NHẤT BẠN CẦN CHÚ Ý NẾU HAI NGƯỜI ĐÃ BẮT ĐẦU HẸN HÒ LÀ: nếu bạn thật sự muốn mối quan hệ giữa bạn và trai Tây ưa thích nhất của bạn có tương lai thì nên từ bỏ lối suy nghĩ kiểu như, một người đàn ông tử tế đàng hoàng, biết giữ lửa cho tình yêu cũng phải biết nuông chiều mọi ý thích của bạn gái hay đối xử với cô ấy như một công chúa. Đại đa số trai Tây không thích công chúa hay cô gái tự xem mình là công chúa tiềm ẩn - tức kiểu cô nàng đỏng đảnh khiến đàn ông phải tiêu tốn nhiều tiền để làm quen. (Trai Tây tinh tế nào cũng biết các nàng công chúa chính hiệu, kiểu họ hàng gần với đương kim nữ hoàng của một đất nước hay xứ sở quân chủ lớn nào đó, không để tâm quá nhiều đến chuyện tiền bạc.)

Tin vui ở đây là - một số trai Tây có kiểu lãng mạn của riêng họ, mặc dù cung cách đó có thể đã bị méo mó ít nhiều bởi cách hành xử thiếu dịu dàng phổ biến ở nữ giới Tây phương. Nhưng kiểu lãng mạn đó khá tinh tế, có khi là khó nhận ra. Trai Tây hiếm khi muốn thể hiện nó theo thói thường ở Việt Nam (gấu bông, áo thun đôi...). Đối với một trai Tây chính hiệu, một cuộc nói chuyện sôi động có chiều sâu (và cả yếu tố tán tỉnh ẩn sau câu chữ) lãng mạn hơn hẳn những thứ xinh xinh hồng hồng là biểu hiện thông thường của một tình cảm lãng mạn ở Việt Nam.

Nếu bạn muốn hẹn hò với trai Tây thì phải xem xét lại hình ảnh rập khuôn về trai Tây bạn có sẵn, có lẽ từ trong tiềm thức.

Không hẳn mọi ý nghĩ của bạn đều sai.

Trai Tây tử tế sẽ THỰC SỰ tôn trọng bạn và xem bạn là một người ngang hàng.

KHI HẸN HÒ anh ấy có thể sẽ THỰC SỰ biết tỏ ra ga lăng với bạn, chứ không chỉ vung tiền để thể hiện.

TRONG TƯƠNG LAI anh ấy có thể sẽ cố gắng để làm vừa lòng bạn - phụ bạn làm công việc nội trợ, nấu bữa cơm ngon, trông nom bọn trẻ, nói chung là san sẻ những việc nội trợ mà đàn ông Việt vốn ngán ngẩm và vẫn khoán trắng cho vợ làm.

Nhưng bạn hãy lưu ý. Bình đẳng giới hay sự tôn trọng kiểu phương Tây là đường hai chiều - vừa trong giai đoạn hẹn hò vừa về sau. Một anh chàng tử tế hẹn hò bạn sẽ mong muốn bạn đủ nghị lực để tiếp cận với thế giới theo cách anh ấy cảm thấy thực sự cuốn hút, chứ không phải kiểu đợi hiệp sĩ mũi cao tóc vàng giải quyết tất cả rắc rối bạn gặp phải trên đời.

♥

NẾU HAI NGƯỜI ĐÃ CHÍNH THỨC YÊU NHAU RỒI, điều quan trọng nhất bạn cần phải chú ý là người yêu mũi cao của bạn gần như chắc chắn sẽ mong bạn thể hiện tính tự lập, không chỉ về tài chính mà chủ yếu còn về tinh thần. Và chính yếu tố "gần gũi nhưng vẫn có khoảng trời riêng" là một trong những đặc trưng của một mối quan hệ tinh tế đối với phần lớn trai Tây đáng quen.

Như bạn đã biết, một anh chàng Tây phương sẽ trông mong bạn có chính kiến, cũng có thể trái với chính kiến của anh ấy, thêm vào đó là khả năng kết bạn hay giao tiếp thoải mái với bạn bè của anh ấy. Gần như chắc chắn anh ấy sẽ đợi bạn thể hiện sự khao khát riêng trong phòng ngủ, chứ không phải chờ anh ấy chủ động hay ngại mọi điều anh ấy ham muốn (miễn là không phải những mơ tưởng hời hợt mượn từ 50 Sắc Thái của Grey).

Chuyện này hơi mâu thuẫn. Bạn phải giữ gìn bản sắc văn hóa Việt mà anh ấy chắc chắn thấy hấp dẫn, nhưng vẫn phải thể hiện tính độc lập đối với gia đình - trước hết phải tránh gây ấn tượng với anh ấy rằng gia đình lớn có thể buộc bạn làm mọi thứ mà không cần báo trước với anh ấy. Bạn hãy giải thích THẬT RÕ gia đình bạn trông chờ điều gì ở bạn và tại sao. Đó là vì gia đình của anh ấy, ngoài một cuộc gọi về mỗi hai tuần và sự quan tâm chung chung ra, thì chắc là chỉ trông chờ anh ấy sống hạnh phúc theo kiểu của riêng anh ấy.

Tôi muốn nhấn mạnh ở đây là, những điều nói trên không có nghĩa là bạn phải vứt bỏ mọi phong tục lễ giáo là phần quan trọng trong con người bạn - vì chúng là phần mấu chốt của văn hóa Việt. Nó chỉ có nghĩa là lâu lâu bạn phải biết làm cho chúng nhẹ đi một chút.

Một trong số những điều trai Tây thấy RẤT HẤP DẪN ở gái Ta là - gái Ta không có vẻ "đến từ hư không". Trái ngược với các gái Tây (và... bản thân họ nữa) mà, bất chấp những điểm mạnh cá nhân, tưởng như chỉ có những mong muốn cá nhân lộn xộn thiếu trọng tâm, gái Việt CÓ TÂM HỒN VỮNG VÀNG và nó được hình thành trong một nền văn hóa nhất định.

Vậy bạn hãy tận dụng điều này nhé...

♥

NẾU HAI NGƯỜI THỰC SỰ ĐI ĐẾN KẾT HÔN thì điều quan trọng nhất bạn cần làm là phải hình dung hết những khác biệt giữa hai người về mặt văn hóa. Một cuộc hôn nhân hay mối quan hệ lâu dài với một người phương Tây chắc chắn sẽ làm nổi bật hàng tá điều bạn từng coi là nền tảng chắc chắn của cuộc sống mà HÓA RA TÙY THUỘC HOÀN TOÀN VÀO GÓC NHÌN RIÊNG CỦA NGƯỜI VIỆT.

Hãy mềm dẻo khi suy nghĩ và nói chuyện với chồng Tây về:

Việc mình kết hôn khi nào và một đám cưới nên ra sao (Từ góc nhìn của một trai Tây, họ không đánh giá cao kiểu đám cưới như một cuộc chạy đua nước rút mất 1 tiếng 48 phút).

Việc hai người có con khi nào và dạy dỗ chúng ra sao (không phải bằng cách kè kè bên cạnh, khuyên bảo hoặc dỗ dành - hoặc cho chúng nhìn ngây dại vào màn hình Ipad - từ sáng đến tối).

Việc mình kiếm và xài tiền thế nào cho khôn ngoan (Điều chắc chắn là chồng Tây không chấp nhận đưa hết tiền lương cho vợ và chỉ được lấy lại một ít tiền cà-phê).

Việc mình thể hiện cảm xúc và giải quyết tranh chấp thế nào (một trai Tây bình thường chắc chắn không chấp nhận những cơn thịnh nộ được cường điệu, trong trường hợp những kinh nghiệm về sự hiểu lầm trong tình yêu đủ để tránh cuộc cãi vã ngay từ đầu).

Là vợ của một trai Tây, lối sống của bạn phải dựa trên lý trí. Từ góc nhìn của một trai Tây, việc cô vợ đưa ra các quyết định quan trọng dựa trên lời phán của thầy bói được coi là căn cứ đúng đắn cho việc ly hôn.

(Nhân tiện, điều quan trọng nhất bạn cần lưu ý là, nếu bạn chỉ chú tâm đến việc kết hôn với trai Tây như là cách để rời Việt Nam qua phương Tây sống thì phải nâng tâm mình lên. Về mặt xã hội việc ly hôn tương đối đơn giản ở phần lớn các nước phương Tây. Về mặt pháp lý thì sau ly dị người chồng bắt buộc phải trả tiền trợ cấp cho vợ cũ. Và như thế, bạn cũng sẽ có khả năng "đổi đời" - kiếm một chồng Tây thứ hai giàu sang hơn hay tốt bụng hơn (hoặc bụng phẳng hơn), sau khi đời chồng đầu tiên đã giúp bạn đặt chân vào con đường dẫn đến cuộc sống sung túc. Nhưng mặt khác, trong số chồng Tây tiềm năng chắc chắn sẽ có nhiều kẻ sắc sảo thông minh như bạn hay trội hơn bạn một cái đầu. Một trong số họ đều có thể biến câu chuyện mơ mộng đầy toan tính vật chất của bạn thành tấn bi hài kịch thường diễn ra giữa các cặp vợ chồng quá thực dụng.)

♥

Cuối cùng - điều quan trọng nhất bạn cần lưu ý khi đã đọc hết mọi thứ mà trước đây bạn chưa biết về trai

Tây là - tôi đã khái quát hóa khá nhiều khi nghĩ đến những vấn đề của gái Ta và trai Tây theo kiểu "vơ đũa cả nắm"...

Một số vấn đề chung, tôi đã cố gắng diễn đạt một cách khá thận trọng. Một số khác thì nhìn theo kiểu châm biếm, chúng ta vẫn có thể tranh luận được.

Điều cốt yếu cuối cùng là, nếu bạn gặp một trai Tây nào mà tính cách hay hành vi mâu thuẫn với những phác họa của tôi thì... cứ bỏ qua những phác họa trong sách và tự vẽ một bức tranh mới của riêng bạn.

Tôi mới cố gắng phác họa một bộ hình, chứ không đặt ra những quy tắc. Lý do là khi nói đến tình yêu quy tắc đầu tiên là không có quy tắc.

Một trong số những điểm khó xử nhất khi hai người hẹn hò và yêu nhau là KHÁ NHIỀU DẤU HIỆU MÌNH PHẢI ĐỌC hơi mơ hồ. Tuy nhiên, đối với một người đã được cuốn sách này truyền cảm hứng, biết học cách thích nghi với những không gian màu xám của tình yêu, chấp nhận sự trớ trêu và bỏ qua thời gian biểu thông thường về việc mình yêu ai, khi nào, thì điều đó chỉ nên là một nét đẹp của việc yêu đương và hẹn hò mà thôi...

Mục lục

NHỮNG ĐIỀU
BẠN CHƯA BIẾT VỀ TRAI TÂY

CAMERON SHINGLETON

Chịu trách nhiệm xuất bản:
Giám đốc - Tổng biên tập NGUYỄN MINH NHỰT
Biên tập và sửa bản in: HUYỀN TÔN NỮ KIM TUYẾN
Bìa: KIM DUẨN
Minh họa: KIM DUẨN - HUYỀN TRÂN
Trình bày: VŨ THỊ PHƯỢNG

NHÀ XUẤT BẢN TRẺ
Địa chỉ: 161B Lý Chính Thắng, Phường 7,
Quận 3, Thành phố Hồ Chí Minh
Điện thoại: (028) 39316289 - 39316211 - 39317849 - 38465596
Fax: (028) 38437450
E-mail: hopthubandoc@nxbtre.com.vn
Website: www.nxbtre.com.vn

CHI NHÁNH NHÀ XUẤT BẢN TRẺ TẠI HÀ NỘI
Địa chỉ: Số 21, dãy A11, khu Đầm Trấu, Phường Bạch Đằng,
Quận Hai Bà Trưng, Thành phố Hà Nội
Điện thoại: (024) 37734544
Fax: (024) 35123395
E-mail: chinhanhhanoi@nxbtre.com.vn

Công ty TNHH Sách điện tử Trẻ (YBOOK)
161B Lý Chính Thắng, P.7, Q.3, Tp. HCM
ĐT: 028 35261001 – Fax: 028 38437450
Email: info@ybook.vn
Website: www.ybook.vn

Khổ 13 x 20 cm. Số: 4097-2017/CXBIPH/12-358/Tre
Quyết định xuất bản số: 1145/QĐA-NXBT, ngày 17 tháng 11 năm 2017
In 5.000 cuốn, tại Công Ty Cổ Phần In Khuyến Học Phía Nam
Địa chỉ: Lô B5-8 đường D4, KCN Tân Phú Trung, Củ Chi, Tp.HCM
In xong và nộp lưu chiểu Quý IV năm 2017.